ABNKKBSNPLAKo?!

mga kuwentong chalk ni bob ong

VISUAL PRINT ENTERPRISES

ABNKKBSNPLAKo?!

Published by Visual Print Enterprises
2810 Alcaver Street
Barangay San Roque, Pasay City 1303
www.visprint.net

For information address:
2810 Alcaver Street, Barangay San Roque, Pasay City 1303.
e-mail: book_inquiry@visprint.net

ISBN 971-92342-0-2

9789719234203

Manufactured in the Philippines
First printed February 2001

20070130

Para Sa:

Mga Guro
Mag-aaral
Dating mag-aaral
Ayaw mag-aral
Drop-out
Kick-out
Transferee
Cross-enrolled
At honor students

Grade 2. Section I. Isang araw, buwan ng Hunyo, sa isang public elementary school: Hinati 'yung canteen, 'yung kalahati room namin. Siguro mga 40 pupils kami. 39 lang ang upuan, at 30 lang ang ayos. Siyam ang magtitiyaga sa mga gumigewang na salumpuwit. Isa ang araw-araw na makikipag-Trip To Jerusalem. Ako 'yun.

Isang istante lang ang naghihiwalay sa klase namin at sa mga kusinerang nagluluto ng sopas. Sa room na ito kami pinagdala ng laruan para ipakita sa klase. Show and Tell. Walang problema, seaman si Tatay. Nagdala ako ng AA battery-operated police car. Walang kwenta, pero 'yun ang dinala ko dahil 'yun ang kasya sa bag kong maliit. Mataimtim akong nagdasal habang naghihintay na matawag sa recitation. Antagal. Ngawit na ako sa pagtataas ng kamay nang pansinin ako ng teacher ko. Wala na kasing ibang volunteer, tapos na lahat, at wala na s'yang choice kundi tawagin ako.

"ROBERTO!"

Lumuwa ang mata ng mga classmates ko nang magpunta ako sa harapan. Nakita nila ang laruan kong de-battery. Nung mga panahon na 'yon, jolens lang ang laruan ng mga bata sa amin. Ang sino mang may battery-operated na laruan e diyos.

"D-dis is may toy...eee-eeeets ah kar..."

"What kind of car, Roberto?" tanong ng teacher kong, for the first time in history e, medyo humahanga na sa 'kin.

"Aah po-lis kar...eeet has baterees..."

Natapos ang presentasyon. Instant celebrity ako at respetado na ng lahat. Nagkaroon na rin ako ng sariling upuan. Milagro. Bago mag-uwian ipinaalala ng teacher ko na magdala ulit kami ng laruan kinabukasan. Ayos. Moment of glory ulit.

Nagdala ako ng plastic na clown mask, 'yung kasya ulit sa bag ko. Nang mabalitaan ito ng classmates ko sa kalagitnaan ng klase, unti-unting nagkagulo. Nang malaman ng teacher ko ang pinagkakaguluhan, tinanong ako kung bakit may laruan ako sa bag...kasabay nito ang malutong na palo sa hita ko. Aruy!

"K-kasi po, sabi nyo magdala ulit ng l-laruan..."

"May sinabi ba kong ganon?" tanong n'ya sa buong klase.

Walang um-oo. Hanggang sa mga oras na ito hindi ko alam kung guni-guni ko lang yung narinig kong direksyon na magdala ulit kami ng laruan o ipinagkanulo ako ng classmates ko.

S'ya si Miss Uyehara. Maliit, may salamin, matanda, dalaga. Kung bakit n'ya ako pinalo, hindi ko alam. Pero maraming beses pa naulit 'yon, sa ibang teacher, ibang antas, ibang eskwelahan, ibang panahon. Seventeen years akong labas-pasok sa eskwelahan. Naging teacher's pet at teacher's enemy, nag-drawing ng aso't pusa, nangopya, nagpakopya, humiram ng notebook, hindi nagsauli, nag-recite, nag-cutting classes, naglinis ng room, umabsent, gumawa ng pekeng excuse letter, nag-vandal, nag-JS, nag-top ten sa NCEE, sumulat sa slumbook, sumulat ng "I Promise To Bring My PE Uniform" ng 300 times, nagmartsa sa CAT, nagkamedal sa quiz bee, bumagsak sa periodical test, nag-flag ceremony.

Seventeen years. Meron din naman akong natutunan...hindi sinasadya. Minsan masarap mag-review.

"I have never let my schooling interfere with my education."
– Mark Twain

Simula.

Unang baitang, unang araw ng klase. Eto ang masarap sa pag-aaral, 'yung umpisa! Lahat ng gamit, bago, liban na nga lang kung bunso kang tulad ko, dahil 'yung ibang gamit e pamana na lang ng mga kapatid mo. Ang sarap yata gumamit ng bagong notebook, pad paper, ballpen, lapis, pantasa, pambura, pencil case, paste, gunting, ruler, crayola, art papers, kokomban (coupon bond), envelope, cartolina, lunchbox, water jug, kapote, at bag...lalo na pag amoy pabrika pa!

Hindi mawawala ang pasiklaban sa mga magkakaklase. Normal lang dito ang magkainggitan, lalo na pag ang ibang bata e may Sesame Street na pencil case, samantalang ang iba e plastic lang ng yelo ang lalagyan. May mga estudyante rin na mabango at amoy candy ang eraser, samantalang ang iba e binuhol na goma lang ang gamit. Meron ding kumpleto sa Tupperware na baunan, at meron din namang pandesal lang ang baon. May mga gumagamit ng imported backpacks, at meron ding gumagamit ng mga fish nets. Halu-halo, makikita mo sa public school ang iba't-ibang klase ng bata at iba't-ibang katayuan sa buhay.

Masarap ang Grade 1. Maraming bagong matututunan. Dito ako natutong magbasa ng isang buong paragraph, magsulat ng isang buong pangungusap, at mag-drawing nang matino. Dati kasi kahit anong hayop ang i-drawing ko, nagmumukhang ipis. Natuto rin akong tumula, kumanta, at bumilang nang mabilis, 1 to 100! Ang sarap ng pakiramdam lalo na pag kaya mong mag-countdown from 100 to 1, o kaya e 'yung tig-te-ten (10, 20, 30...), o kaya tig-pa-five (5, 10, 15, 20...) Akala mo solusyon na sa problema ng mundo ang pagbibilang.

"Bow-wow-wow," ang tahol ni Tagpi.
"Tagpi! Tagpi!" ang sabi ni Pepe. "Habulin mo ang bola."
"Bow-wow-wow" ang sagot ni Tagpi.

'Yan ang mga tipikal na mababasa mo sa libro. Malalaki ang letra n'yan tsaka talagang malinaw ang pagkakasulat. Syempre sa umpisa, dadaanan n'yo ang Abakada (A, E, I, O, U; Ba, Be, Bi, Bo, Bu; Ka, Ke, Ki, Ko, Ku...), tapos magiging words (Ba-ka, baka; Ba-hay, bahay; Ba-ba-e, babae). Bilib sa 'kin 'yung teacher ko dati, mabilis kasi akong magbasa. Kaso nabuko n'yang kabisote lang ako nang basahin ko ang salitang "bahay" sa libro. "Kubo" pala ang nakasulat. Nanghuhula lang ako base sa pictures.

Pero hindi biro ang pagbabasa, rite of passage 'to pag natuto ka. Ibig sabihin nabinyagan ka bilang "literate". Kaya mong magbasa ng mga kasinungalingan sa dyaryo, ng mga subtitles sa foreign movies, at ng mga vandalism sa upuan ng bus gaya ng "Bobo ang bumasa nito!"

Isipin mo: Librong manipis. Dilaw ang cover. May litrato ng babaeng nakasalampak sa sahig at may hawak na libro, tinuturuan n'ya ang dalawang bata, isang lalake at isang babae na parehong mukhang nalilibang sa pag-aaral. Anong libro ang pumasok sa isip mo?

Ang imortal na libro ng Abakada. "Mga Unang Hakbang Sa Pagbasa". Wala nang iba.

Ito ang initiation bago maging literado ang mga Pinoy sa Pilipinas. Lahat tayo nagdaan sa A-E-I-O-U at paulit-ulit na nagbasa ng bao, bibi, baba; aso, baso, tasa; at puso, pusa, puno. Araw-araw malakas, pero mabagal na nagbabasa ang buong klase nang sabay-sabay. Basa-sulat-basa.

Hindi ko alam kung ilang dekada na natin napakinabangan ang dilaw na libro ng Abakada. Pero sa huli kong silip sa mga pahina nito, nakita ko ang high entertainment value na hindi natin pansin dati. Bukod sa kuwento tungkol kina Bobo at Lito, nabasa ko sa libro ang mga sumusunod na halimbawa ng pangungusap:

Ang tinapay ay lasang sapal.
May amag ang pansit-luglog.
Ibig Kong Kumain ng sisiw.
Ikaw at aKo ay KaKain sa araw-araw.
Mahabag Ka sa batang binugbog.
May ulol na aso sa daan.
Ang haliK ni Hudas ay masama.

Hindi Ko rin alam Kung ilang henerasyon na ng Pilipino ang napagsilbihan ng nasabing libro, pero sa naKita Ko sa Kopya ng pamangKin Ko, ganon pa rin ang Kapalaran nito. Hindi pa rin naKataKas ang mga litrato sa mga maKuKulit na guhit ng Krayola na nasa maKaKating Kamay ng mga bata. Palagpas-lagpas at hindi pantay-pantay na Kinulayan ng asul ang tuta at Kalabaw, berde ang bawang at ina, dilaw ang daga at Kanin, at ang pusa—Kalahati pula, Kalahati asul—parang pinagtripan ng mga adiK.

Kaya lang sa paglipas ng panahon e meron ding nagbago sa libro...ang pagbabago ng alpabetong Filipino. Kung dati e 20 lang ang alphabet natin, ngayon e 28 na, lamang pa tayo ng 2 letters sa english alphabet. Nadagdag sa atin ang C, F, J, Q, V, X, Z, at Ñ. Kaya Kasama na ngayon sa libro ng AbaKada ang mga salitang Cab, Jelly, España, Quintuplet, Xerox, Zodiac, Visa, at French Fries. NaKs, amoy-stateside na tayo!

Biruin mo, magkakaroon ba ng pakinabang ang fax, beeper, text message at E-mail kung hindi tayo natutong magbasa? At sino ang makakapagsabing bunga lahat 'yan ng Abakada?

A E I O U

A B N K K B S K N P L

B K W L K M G W

P R M S Y T W K

H H H M S Y K N B

T W P H H H H H

O H L T M N

P R K N T Ng

Pag tinanong mo ang mga Pinoy kung ano ang paborito nilang subject noong elementary, halos kalahati ang pabirong sasagot ng "recess".

Ewan ko sa mga pribadong paaralan, pero nung kapanahunan ko sa public school, eto ang pagkakataon para lagyan ng bata ang tiyan n'ya ng mga pagkaing mayaman sa asukal, vetsin, mantika, extenders, preservatives, at minsan e panis na carbohydrates at cholera. Peksman!

Puro chichiria ang menu limang araw sa isang linggo. Anlupit. Pero mas malupit kung walang pagkaing aabot sa 'yo. Dahil kahit parang 5 year old lang na mahilig sa junk foods ang nutritionist namin dati sa eskuwelahan e lagi pa ring nauubos ang laman ng tray.

Sa tray nakalagay ang mga paninda. Iiikot ito sa buong room ng dalawa sa mga kaklase mong babae. Pag nag-umpisa ang tray sa Row 1 at Row 4 ka, 'wag ka nang umasa na may makakain ka pa. Kaya di naglaon e iniba na ang sistema.

Nagkaroon ng rotation, hindi na laging sa Row I nag-uumpisang ilako ang tray.

Ano ang laman ng tray? Cheese curls, potato chips, cornik, butong pakwan, bubble gum, caramel, candy, chocolates, at iba pang chichiria na mabibili sa suking sari-sari store. Minsan meron ding mga medyo may sustansya: macaroni, nilagang saging, hopia, nilupak, kalamay, puto, at kutsinta. Kaso talagang minsanan lang 'to, at dahil hindi naman pulido ang preparasyon, madalas ay panis ang mabibili mo.

Pag sinipag-sipag ang mga tao sa canteen, nagtitinda rin sila ng mainit na sopas. Hindi ka pa rin nakakasiguro sa kalinisan ng utensils, pero liban diyan, sopas na ang pinakamatinong pagkain pag recess. 'Yun nga lang, magpapaltos sa paso ang dila mo dahil kailangan mo 'tong ubusin sa loob ng limang minuto (15 minutes ang recess, 10 minutes late lagi ang sopas).

Ang tubig? Pwedeng magbaon, at pwede ka ring uminom sa gripo na pinagkukuhanan ng pandilig sa halaman. Sa gripo ako dati lagi umiinom, gamit ang kamay panalok na parang umiinom sa malinis na batis. Hindi ko alam kung malinis 'yung tubig sa gripo o nasanay na lang ang tiyan ko sa amoeba.

Totoong biro lang ng mga Pinoy na recess ang paborito nilang subject sa eskuwelahan. Dahil kung paborito ang pag-uusapan, walang tatalo sa uwian.

Junior Divisoria ang harap ng mga public elementary schools pagdating ng uwian. Makikita mo ang mga pagkain, laruan, at iba pang gimik na naka-tiangge sa daan. Kultura na ng mga estudyante ang mamili paglabas ng gate. Eto ang shopping list:

Fishball (wala pang squidball noon)
Tokneneng (itlog ng pugo na may harina at orange food color)
Hotdog (in a bun, on a stick, waffle)
Hotcake (na malamig)
Samalamig (iba't-ibang flavor, may libre pang hibla ng buhok)
Cotton candy
Ice candy
Ice cream
Ice scramble

Ice tubig
Sampaloc, aratilis, at duhat na may asin
Singkamas, santol, at manggang may bagoong
Sipa, tex, at jolen
Turumpo, sumpit, at yoyo
Tau–tauhan at rubber ball
Stickers at paper dolls
Laruang kwintas at pulseras
Arkilahan ng "Game & Watch" at "View Master"
At tindahan at palabunutan ng sisiw, itik, isda, ibon,
at dagang costa

Dati mahilig bumili ang ate ko ng kwintas pag "Valentayms Day", 'yun bang may pendant na kulay at korteng puso na may nakapinturang initial ng first name n'ya sa harap. Yari ito sa chalk, kaya pag sawa ka na, pwede mong ipang-vandal sa mga dingding ng bahay n'yo.

Kuya ko naman ang madalas sa palabunutan, lalo na pag may natira s'yang pera matapos mamakyaw ng Nutri Bun (style n'ya para pumasa sa teacher). Minsan sinuwerte s'ya, nanalo ng walong itik. Kaso kinabukasan minalas. Anim na ulo na lang ang naabutan namin sa kulungan—kinain ng daga.

Siguro meron nang mga bagong tinda sa harap ng elementary schools ngayon. Pero sigurado akong hindi mawawala sa eksena ang mga batang babaeng nagpapawis ang nguso sa kakangasab ng mangga na may bagoong, at ang mga batang lalake na tumataya para manalo ng itik. Minsan kahit maasim ang buhay at may daga, masarap pa ring tumaya.

Naniniwala ka bang bilog ang mundo at hindi patag? Sigurado ka? Syempre parehong "oo" ang sagot diyan. Siguradong-sigurado!

Ganyan din ang opinyon namin dati ng pinsan ko sa katotohanan na Lunes hanggang Biyernes, pagsapit ng alas-singko ng hapon tuwing uwian e darating ang sundo namin. Kaso sumablay isang beses. Naging patag ang mundo.

Uwian na. Tinitingnan namin ang mga tao na nagsisiksikan sa labas ng pintuan ng classroom. Wala kaming kilalang mukha. Oops, don't panic, baka natatakpan lang ng ibang tao ang sundo namin. Kampante kami. Nang maubos ang sundo ng mga Grade 1, lumabas na kami ng room at doon namin nakita ang naghihintay sa amin. Isang malakas, malusog, madagundong, at galit na galit na ulan! Ulan na sa sobrang lakas e lulutang ang daong ni Noah.

Sa hindi maipaliwanag na kadahilanan e naglakad kami palabas ng eskuwelahan, malamang dahil sa 'kin, ayoko kasi ng naghihintay lang at walang ginagawa. May payong 'yung pinsan ko, Hello Kitty na sa sobrang liit e para lang kaming sumilong sa ilalim ng mushroom.

Dalawa ang pwede naming daanan pauwi. 'Yung isa, daanan ng jeep, laging baha kahit walang ulan, extension yata ng Ganges River. 'Yung isa naman, maalikabok pag tag-araw at maputik pag tag-ulan. Sinubukan namin 'yung "Ganges River". No can do, malalim talaga ang tubig at may mga lumulutang pang bagay na galing sa tiyan ng tao.

No choice, doon na lang kami sa maputik. Alam kong responsibilidad ko ang pinsan ko dahil hindi s'ya Pilipino at kakatapak pa lang n'ya sa Pilipinas noon. Kaya medyo nataranta ako nung nagsisigaw s'ya ng "Chuchee! Chuchee!" nang may kumapit na basura sa sapatos n'ya paglusong namin sa mababaw na baha.

May kalayuan ang nilakad namin, pero nakarating din kami sa bahay. Bumbunan lang yata namin ang tuyo. At sa kapal ng putik sa sapatos namin, pwede ka nang gumawa ng palayok. Ayos lang, buhay pa rin naman kami.

Nang minsang na-late ulit ang sundo namin, naglakad na naman kami...walang ulan! Karaniwan na naming inaakyat ang overpass na nadadaanan namin pauwi, pero hindi kami tumatawid, bumababa rin kami sa kabilang hagdan. Gusto lang namin ng "thrill", pustahan kung sino ang malulula (pauso ko na naman!) Pero talo ako. Dahil ako ang nalula nang minsang makita kami ng sundo namin sa ibabaw ng tulay. Nakatikim na naman ako ng sermon.

'Yan ang mission statement ko dati: Lumusong sa baha pag umulan, kahit na maputikan, at umakyat sa tulay pag umaraw, kahit na masermunan.

Hindi ko malilimutan, nag-aagawan pa kaming magkakaklase sa utos ng adviser ko nung Grade 3. Nagpapabili kasi s'ya ng isang dosenang Nutri Bun para sa mga teachers. Sa Elementary, sikat ang batang madalas utusan. Kumbaga sa mga preso e warden s'ya; madalas nang excuse sa klase, teacher's pet pa.

Ako ang napili. Alas-dose ng tanghali ang dismissal, 11:30 ako lumabas ng room. Pagdating sa canteen, anak ng tinapay...ang haba ng pila! Tik...11:40...Tak...11:50...wala pa rin. Mabagal ang serbisyo ng dalawang teacher na in-charge sa canteen dahil libang na libang sila sa pagpapalitan ng talambuhay. Hindi maipinta ang mukha ko nang dumating ang isang classmate na dala na ang bag ko. Uwian na! Anak ng tinapay.

Isa sa mga pinakaayaw kong pakiramdam sa mundo e 'yung napag-iiwanan. Ayokong nahuhuli mag-submit ng test papers (sobra sa pressure 'yon!) at ayokong naiiwan sa isang lugar, lalo na sa eskuwelahan!

Pakiramdam ko nasa ibang dimension na 'ko nang inabot ako ng 12:30. Wala na kasi ang mga pamilyar na mukha ng mga estudyanteng pang-umaga, puro mga taga-panghapon na. "Strangers".

Dumating ako sa bahay nang nakahikbi at galit sa mundo. Nag-backfire ang Teacher's Pet Theory ko. Pakiramdam ko isang dekada ang nawala sa buhay ko dahil sa mga bukbuking Nutri Bun na 'yon. Simula noon hinding-hindi, at HINDI, na ulit ako nagtaas ng kamay para mag-volunteer sa wishlist ng mga teachers.

Magbura ng blackboard, magwalis, maglampaso ng sahig, mag-floorwax, magbunot, magdilig ng halaman, at magtapon ng basura araw-araw. Parte 'yan ng house rules sa pampublikong eskuwelahan, kasi walang janitor. Meron man, sa banal na Principal's Office lang. Kaya hangga't maaari, lahat ng gawin mo kailangan neat and orderly. Ang library para laging tahimik at malinis, hindi ipinapagamit. Wala yata kaming librarian noon. Kaya lang kami nakapasok sa library nung Grade 6 e dahil ginamit sa general meeting ng PTA 'yung room namin at kinailangan naming mag-evacuate.

Nung Grade 1, pila-pila ang pag-ihi. Pagkatapos ng recess, isang section kayong haharap sa pader para jumingle. Nung Grade 2, meron na kaming balde sa room. Portable toilet. Hindi ko alam kung ano ang pumasok sa ulo ni Miss Uyehara at naisip n'ya 'yon. Pero minsan sinasadya kong hindi i-shoot 'yung ihi ko sa balde dahil baka pagalitan ako pag napuno ko 'yon. Takot ako kay Miss Uyehara. Isang beses pinigil ko ang ihi ko hanggang sa bahay 'wag ko lang s'yang maistorbo sa pagtuturo n'ya ng "Parts Of A Bird."

Meron kaming CR sa eskuwelahan, pero walang janitor na nagme-maintain. Pag pumasok ka dito, masusuka ka muna bago ka matae. Kahit diarrhea mo uurong. At dahil madalas walang tao, binabalutan din ng mga supernatural stories ang CR namin. Totoong amoy patay 'yung mga comfort rooms, pero hindi ako naniniwalang dating sementeryo ang eskuwelahan namin. Siguro 'yung mga nag-LBM na hindi nakagamit ng takubets gumawa na lang ng mga kuwento para mawala 'yung sakit ng tiyan nila.

Bukod sa half day na pasok at suspension of classes, marami pang perks sa elementary school. Pag batung-bato ka na sa klase, pwede mong ipagdasal na sana may dumating na bisita. Dito n'yo gagamitin ang itinuro sa inyong "Goood Mooooorning, veeeseetohr!!!"

Sa amin dati maraming surprise guests. Karaniwan nang nauubos ang oras dahil sa pagbisita ng mga nagtitinda ng "Ibong Adarna", 'yun bang maninipis na libro ng Philippine history, legends, fables, at fairy tales. Minsan naman 'yung mga nagtitinda ng mga handicraft materials galing sa NEDA: mga pin cushions, Christmas décor, basket, at iba pa. Minsan pati 'yung mga pangkaraniwang tindero hinahayaan na ring mag-interrupt ng klase: mga salesman ng metal polish, floorwax, all-around cleansers, reference books, modeling clay, at mga biskwit. Minsan nga kahit 'yung ibang bisita na walang itinitinda at nanghihingi na lang: abuloy sa binaha, nasunugan, namatayan, may sakit, mamamatay, namatay, o na-reincarnate.

Pasok din sa kategoryang 'to 'yung walang kamatayang ballots para sa popularity contest tuwing United Nation's Day, at ang walang humpay na mga raffle tickets ng iba't-ibang organizations. Kulang na lang holdapin ka.

Pero minsan may biyaya rin naman, eto 'yung mga namimigay ng product samples. Ang saya-saya ko dati nung dumating 'yung Crest Team. Namigay sila ng isang set na toothbrush, toothpaste, at disclosing tablets. Napilitan tuloy akong mag-toothbrush for 1 week dahil sa excitement.

Nakapanood din ako ng Film Showing, hindi documentary—blockbuster movie! Tinanggal lang 'yung detachable partitions ng walong room namin para makabuo ng isang malaking hall, tapos nilagyan ng projector, screen, at konting electric fan—voila! May sinehan na kaming amoy pawis, kumita pa ang eskuwelahan. Ang galing!

Pero may bisita o wala, regular man ang classes o hindi, alam lahat ng mga estudyante ang pwedeng gawin tuwing nababato sila. Eto ang ilan:

Laro: SOS
Players: 2
Gamit: Ballpen at papel
Mechanics: Alam mo 'yung Tic-Tac-Toe? 'Yun, ganon, paramihin mo lang 'yung cells at buuin ang salitang SOS.

Laro: Spin-A-Win
Players: 2

Gamit: Ballpen at papel
Mechanics: Pwedeng person, place, thing, o event. Alam mo 'yung Wheel Of Fortune? Ganon. Maghuhulaan lang kayo ng letters, tapos, unahang makahula ng mystery word ng kalaban.

Laro: F.L.A.M.E.S.
Player: 1
Gamit: Ballpen, papel, at maitim na pagnanasa
Mechanics: Isulat ang 'yong fullname. Isulat ang fullname ng crush mo. Bilangin kung ilan ang common letters ng pangalan n'yo. Kung ilan ang total mo, 'yun ang nararamdaman mo sa kanya. Kung ilan ang total n'ya, 'yun ang nararamdaman n'ya sa 'yo. Kung ilan ang sum total n'yo, 'yun ang mararating n'yo. Anim ang letters ng FLAMES, bilangin kung saang letter tatapat ang total mo. Ang F ay friendship, L ay love, A ay anger, M ay marriage, E ay engagement, at S ay sweetheart. Kung higit sa 6 ang total mo, magbilang lang ulit mula sa F. Asar ako sa larong 'to kasi ang total ko dati love, total ng crush ko anger, total namin marriage. Pero Hapon ang asawa n'ya ngayon.

Laro: Giyera
Players: 2
Gamit: Ballpen, papel, at detergent soap
Mechanics: Sa magkabilang dulo ng papel, i-drawing ang mga tauhan n'yo. Bahala kayong mag-usap ng kalaban

mo kung ilan at kung anong symbols ang gagamitin n'yo (ex. Tig-sampu kayo; mga kuwadrado sa 'yo, tatsulok sa kanya). Para tumira: Itayo ang ballpen mo sa pwesto ng isa sa mga tauhan mo. Ipatong ang hintuturo mo sa tuktok ng nakatayong ballpen. Gamit ang hintuturo, itulak ang ballpen upang dumulas papunta sa base ng kalaban, gagawa ito ng check mark sa papel. Sabog ang anumang tauhan ng kalaban na tatamaan ng check mark. Tapos ang laro pag naubos ang tauhan ng kalaban. Gamitin ang detergent soap para labhan ang uniform na puno rin ng check marks.

Laro: Giyera Din
Players: 2
Gamit: Ballpen, papel, at pera
Mechanics: Para ding Giyera, pero iba ang paraan ng pagtira. Para tumira: Mag-drawing ng maliit na bilog sa base mo, punuin ng tinta ng ballpen ang loob ng bilog, kulayan maigi. Ngayon, itupi mo ang papel crosswise. Mula sa bakat sa likod ng papel, hanapin ang kinulayan mong bilog at kiskisin ito ng takip ng ballpen. Magkakaroon ngayon ng mantsa sa base ng kalaban. Sabog ang ano mang tauhan n'ya na mamamantsahan ng tinta. Tapos ang laro pag naubos ang tauhan ng kalaban. Gamitin ang pera pambili ng panibagong ballpen pamalit sa isang wala nang tinta.

Laro: Spirit of the Coin
Players: 2-4
Gamit: Coin at malaking papel
Mechanics: Gamitin ang papel at gawing board na tulad ng sa Spirit of the Glass. Maglaro ng tulad sa Spirit of the Glass, gamit ang coin sa halip na glass. Pag bored na kayo, gamitin ang coin para mag-cara y cruz.

Laro: Spirit of the Ballpen
Players: 2
Gamit: Dalawang ballpen (Scribbler, Apache, o kahit anong ballpen na may butas ang pwet)
Mechanics: Hawakan at pagdikitin ang mga ballpen. Ipasok ang dulo ng isang ballpen sa pwet ng isa pang ballpen. Orasyunan. Magtanong. Pag tumaas 'yung pinagdugtungan ng dalawang ballpen, "yes" ang sagot; pag bumaba, "no"; pag hindi gumalaw, "abstain", espiritu ng politiko ang nakuha n'yo, mag-isip na lang ng ibang laro.

Marami pang ibang laro sa classroom. Isa na rito ang origami at ang pag-gawa ng mga eroplanong papel, pero boring 'to at kadalasang nauuwi lang sa batuhan ng mga nilukot na papel pagdating ng recess.

You are to travel from point A to point B and return. On the trip from A to B, you travel at thirty miles per hour. How fast would you have to travel from B to A in order to average sixty miles per hour for the round trip?

Hindi ko talaga alam kung bakit asar na asar ako sa Math! Sa Kindergarten pa lang, inaantok na 'ko pag sinasabi ng teacher, "One apple plus one apple..." Hindi ko alam na Math 'yun dati; basta alam ko, borrring talaga. Pag ganon na ang pinag-uusapan, tinititigan ko na lang 'yung poster ng mga alphabet sa room, from A to Z, tapos balik ulit sa A, paulit-ulit hanggang sa matapos ang teacher ko sa pagbilang sa lahat ng sangkap ng fruit salad. Mamamalayan ko na lang kakanta na pala kami ng "If you're happy and you know it clap your hands..."

Nakaranas ako ng matinding delubyo noong Grade 6 ako. Star section, kaya pinili ang klase namin ng isang teacher na nagde-demo. May isang drawing ng puno sa blackboard na may mga bungang geometric figures. Pipitas kami ng bunga na may math problem, sasagutin namin ito para maging isang uri ng totoong prutas.

E 'lang hiya, natawag 'yung pangalan Ko! Nanginginig aKong lumaKad sa harapan ng Klase. Pinitas Ko 'yung orange na pentagon na medium size (hindi Ko malilimutan), tapos ayun, isang math problem na hindi Ko Kayang sagutin. Gusto Kong ibaliK 'yung nabunot Ko, pero lahat ng mata naKatutoK sa aKin—mga mata ng 40 na classmates, adviser, 'yung nagde-demo, principal, superintendent yata 'yung isa, at isa pang teacher na uzi(-sera).

Pinagpawisan aKo ng malamig at nanuyo ang lalamunan Ko. 'Yung isang minutong itinayo Ko sa harapan e parang isandaang taon. Walang nagKo-coach ng sagot. Sa isip Ko tinawag Ko na lahat ng santo...pero wala man lang anghel na bumulong ng sagot sa tenga Ko. BumaliK na lang ang Kamalayan Ko nung narinig Ko na ang boses ng teacher na nagbigay ng sobrang pasaKit sa dignidad Ko. "OKay, so who would liKe to help Roberto?"

Whew! Wala, nung araw na 'yon, pormal Kong isinumpa ang saKit sa puso na Kung tawagin ay Mathematics...at hanggang ngayon hindi Ko na Kinalimutan ang sagot sa nabunot Kong math problem. Tandaan: 8 X 7 = 56!!!

Ewan ko ba kasi kung bakit mahirap na ang Math, 'yun pang mga teachers na kumakain ng bata ang pinagturo nito sa eskuwelahan namin. Lalo ko tuloy kinaasaran 'yung subject. Buti pa ang alphabet nakakagawa ng equation (c= a+b), ang number ba nakakagawa ng sentence (32 asked 4,150 if 7 will 69 8)?

Bababa ba ang bill ko sa Internet pag nag-factor ako ng quadratic trinomial? Malulutas ba ng Laws of Exponents ang problema natin sa basura? Mababawasan ba ng Associative Law for Multiplication ang mga krimen sa bansa? Makakabuti ba sa mag-asawa kung malalaman nila ang sum and difference of two cubes? Maganda ba sa sirkulasyon ng dugo ang parallelogram, polynomial, at cotangent? Makatwiran bang pakisamahan ang mga irrational numbers? Anak ng scientific calculator!

Pero Math daw ang universal language. May math ang arts, music, science, at sports. Math ang time and space. Math ang relo, kalendaryo, mapa, pera, at mundo. Math ang haba, layo, bilis, laki, dami, taas, luwang, bigat, lapad, lalim, at hugis. Math ang katawan ng tao, pyramid, Titanic, Olympic Games, Mt. Everest, Lego, Rubik's Cube, Pacman, Monopoly, jigsaw puzzle, solar system, financial statement, piano, election, lottery, domino, dice, baraha at roleta.

Math din ang $17-billion Channel Tunnel na nakalapat sa ilalim ng English Channel sa pagitan ng England at France, 31 miles 53 yards ang haba, at 24 ft. 11 inches ang diameter. Pasok sa Guinness Record bilang longest undersea tunnel, kasama ng MGM Grand Hotel na may 5,005 rooms bilang biggest hotel, at ng CN Tower na may taas na 1,815 ft. 5 in. bilang tallest building. Lahat ito pasok sa Guinness 2000. Lahat Math.

Mula sa pagtawid ng kalsada hanggang sa pagtatayo ng building at negosyo, nakabatay sa Math ang mga desisyong ginagawa natin sa buhay araw-araw.

Kaya kung kakain sa pizza parlor at mag-isa ka lang, 'wag ipa-slice sa walo ang isang buong pizza, hindi mo mauubos 'yon. At kung bibili ng kalamansi na tigsi-singkwenta sentimos, tumawad ka muna at itanong kung pwedeng dalawa-piso na lang. 'Yan ang Math.

Kung ang sagot mo sa math problem sa itaas ay 90 miles per hour. Mali ka. Sabi sa 'yo...kaya ayoko ng Math.

Hanggang ngayon nasa akin pa ang Math notebook ko noong Grade 1. May sulat-kamay ito sa cover na "Mafhemafics".

Sa first page ng notebook e mga numbers ang nakasulat, 0 to 5, paulit-ulit, pero iba-iba ang itsura. 'Yung mga "2" mukhang question mark at 'yung mga "3" mukhang paruparo. Kitang-kita ang mga bura at mali.

Naka-drawing din dito 'yung mga walang kamatayang kahon na may objects sa loob; isusulat mo kung ilan ang laman ng kahon. Nasagutan ko lahat. May malaking check ng pulang ballpen sa buong page at nakasulat ang "100". Yesss! Perfect ako.

Sa magkabilang page e nakasulat ang numbers 1 to 50, at 51 to 100. Sa itsura pa lang, palagay ko inabot ako ng tatlong araw sa pagsulat ng mga numerong 'yon.

Sa mga sumunod na pahina e tambak pa rin ang mga count-the-objects-inside-the-box na activity. Iba-iba ang objects na naka-drawing: may bilug-bilog, guhit-guhit, ekis, tatsulok, lobo, lollipop, kariton, trumpo, tirador, yoyo, puno, mansanas, butones, bato, shells, at...'yung ibang object hindi ko maintindihan kung DNA o sperm cell. Wala pala kaming ginawa noon kundi magbilang.

Itinuro rin ang pera, roman numerals, fraction (one whole, one holf, one third, one fourd), days in a week, months in a year, at oras. Wala nang kasunod na lesson ang "How to Tell Time." Blanko na ang mga sumunod na pages sa notebook. Tama na sigurong malaman namin na lumalakad ang mga kamay ng relo at tumatakbo ang panahon.

Hindi ako makapaniwala sa Math notebook ko. Nakita ko ang trabaho ko nung 7 years old pa lang ako. Lahat ng nakasulat doon gawa ko, bawat guhit ng lapis at marka ng pambura. Isang batang may hawak na walking stick ang nasa design ng cover, at ang nakasulat: "Let's go on!"

"A pleasant possession is useless without a comrade"
– Seneca

Kung bibigyan ka ng isang bilyong piso pero mawawala ang pamilya mo at hindi ka magkakaroon ng kaibigan, kakilala, at asawa sa buong buhay mo, papayag ka ba? E kung mapupunta sa 'yo ang lahat ng kayamanan sa mundo pero mawawala lahat ang tao dito at ikaw lang ang matitira, payag ka rin ba?

Ako, dati oo. Nung bata ako pinangarap kong tumira sa isang mall. Akin lahat ang ice cream at laruan. Madalas akong maglaro mag-isa dati, kaya alam kong hindi ako malulungkot kahit na mawala lahat ng bata sa mundo. Kung mawawala lahat ng tao sa mundo, walang magnanakaw, walang mag-aaway-away, walang giyera. Masaya 'yon. Para ka na ring nasa Garden of Eden pag tumira ka sa mall, aircon pa!

Pero naiba 'yung pananaw ko sa pagtatapos ko ng Grade 3. Dahil Marso at amoy-bakasyon na noon, medyo dumalas ang absences ko sa klase. Ayos, sarap. Kaso isang araw dumaan 'yung classmate ko sa bahay namin. May sulat 'yung teacher ko. Alam kong bad news 'yon. Guilty ako.

Sumabay ang nanay ko sa pagbasa ng sulat, nasa mukha n'ya ang "Lagot ka, anak!" Pinapapunta ako ng teacher ko sa eskuwelahan, maaga, kinabukasan. Importante raw.

Pumunta naman ako, naka-rubber shoes na multicolor, medyas na multicolor, blue shorts na kupas, white shirt, at school ID. Complete uniform. Andami kong kasabay na estudyante sa daan, mga naka-black shoes na pinakintab, medyas na puti, polo, barong, bagong gupit, mabango, may sampaguita sa leeg, at kasama ang mga magulang nilang bihis na bihis din.

Recognition Day pala. May award ako. Surprise. Suspense. Thriller.

Wala na 'kong oras para bumalik ng bahay. Wala rin akong teleponong matawagan. Nang makita ko ang pinsan kong doon din nag-aaral, pinakiusapan kong pumunta sa amin at sabihin sa nanay kong pumunta kaagad sa eskuwelahan.

Kaso hindi umabot.

Section na namin ang aakyat sa stage, wala pa 'kong magulang. Pagbanggit sa pangalan ko, dumating ang nanay... ng classmate ko. S'ya ang nagsabit sa 'kin ng ribbon. Ang lungkot!!! 'Yun na yata ang pinakamalungkot na 60 seconds sa buhay ko. Wala akong kamag-anak o kaibigan man lang. Masaya pag nakikita mong masaya ang mahal mo sa buhay, at masaya sila pag nakikitang nagtatagumpay ka. Pero kung ikaw lang at ang tagumpay—pangit! Walang kwenta.

Natapos ang programa, hindi dumating ang nanay ko. Kung nalaman n'ya lang nang maaga na aakyat ng stage ang bunso n'ya, tiyak magpapakulot 'yon, papagupitan ako sa barbero, bibilhan ako ng matinong damit para sa kodakan, at hahatakin ang isa sa mga kapatid ko para tagapalakpak.

Bago tuluyang maubos ang mga tao sa school ground, dumating ang nanay ko, with matching payong. Malayo pa, kilala ko na. Natatawa s'ya sa nangyari, naaasar naman ako. Nang may nakita s'yang photographer na nag-iikut-ikot pa, nagpakuha kami ng litrato. Nang ma-develop 'yung picture, nakangiti s'ya, nakapikit ako.

Hindi maiiwasan sa buhay ang bagyo. Kahit sa classroom.

Ang ganda ng sikat ng araw nung umagang 'yon, walang gaanong sayaw ang mga dahon ng puno, at masayang nagja-jamming ang mga ibon. Diretso rin ang discussion namin sa room, ganado si Ma'am. Nang biglang kumulimlim....

Tuloy ang klase, ayos nga 'yon dahil lumamig konti. Kaso nag-umpisa nang magpapansin ang malalaking ulap; alam ko dahil sa bintana ako nakatingin at hindi sa teacher. Doon ko rin nakita ang umpisa ng malalakas na patak ng ulan. Nilakasan na ng teacher ko ang boses n'ya para makipaglaban sa ingay. Muntik na s'yang manalo. Hindi na sana namin pansin ang ingay ng ulan kung hindi lumusot ang mga patak nito sa bubong ng classroom. Butas! Hindi pa rin pinansin ni Ma'am. Kinuha lang n'ya ang mga balde naming pandilig ng halaman at isinahod sa butas. Swak. Solb.

Nagkaroon kami ng limang minutong kapayapaan. Alam kong nakahinga rin nang maluwag ang magiting kong teacher habang pinipilit itago sa klase ang sariling takot at kahihiyan.

Kaso bumuwelo lang pala ang sangkalangitan para sa final assault.

Biglang umihip ang malakas na hangin at nagpasok sa room namin ng maraming tubig. Ayos, code red na kami. Isinara na ang pinto at mga bintana. Hinto na ang klase. Malalim na nag-isip si Ma'am ng next move, kala mo naglalaro ng chess.

Pero hindi na s'ya hinintay ng kalaban.

Sa isang iglap, bumagyo ng signal number 4. Biglang binato ng napakalalakas na hangin at ulan ang room namin. BAGAAAAAM!!! Sira ang bintana, laglag ang bulletin board sa likod ng room, tuklap ang dingding. Parang narinig ko pang sumigaw ang mga patak ng ulan: "LUUUUUUUUSSOOOB!!!!!"

Hindi naman kami masyadong nabasa dahil tumatakbo kami sa parte ng room na tuyo at ligtas tuwing lumalakas ang hangin. Pero ang room namin hindi nakapagtago. Basa lahat ang mga naka-display naming artworks, maps, charts, posters, visual aids, cartolina, at mga stock na manila paper. Basang-basa lahat pati ang poster namin ng Different Types of Weather.

Dahil Apocalypse na at parang tsokolateng natutunaw ang classroom namin, alam kong isa na lang ang gustong isigaw ng teacher ko nung mga panahong 'yon. Darna! Pinalabas n'ya kami ng room para mag-evacuate sa kabilang kuwarto. Kaso nakasalubong namin ang mga taga-kabilang kuwarto na nag-e-evacuate din papunta sa 'min. Sabay-sabay na lang naming dinamayan ang nagluluksang panahon sa loob ng room namin, hawak ang mga dingding para hindi tuluyang matuklap.

Lumipas ang ilang sandali na parang habang panahon. Maya-maya natapos din ang unos, nakaraos kami, natuyo, nakabalik ng bahay, at nakapasok pa ulit kinabukasan. Pero iba na ang room namin, doon na sa bagong building.

"My first day in High School"

"On my first day in my first year, I was so nervous. My first friend in first year is Ronald Gonzaga. The first time we talked on the first day was on our first period..."

Naliligo sa "first". 'Yan ang composition ng kuya kong ex-kilabot ng Nutri Bun. Formal theme writing activity nila 'yan sa English I. Sumakit ang tiyan naming magkakapatid sa katatawa nang una naming mabasa ang masterpiece n'ya.

Pero ako, hindi comedy ang first day ko sa high school.

Ibang-iba ang high school kumpara sa elementary, na-culture shock ako! Halata sa itsura ng mga estudyante na may kaya sila sa buhay, di tulad ng karamihan sa mga classmates ko sa public school na kung di ako nagkakamali e huminto na sa pag-aaral pagkatapos ng graduation.

Iba-iba ang itsura ng mga nasa high school. Merong isang tingin pa lang alam mo kaagad na bobo. Merong mga geek na mukhang kabisado ang buong Periodic Table of Elements. Merong mga magaganda na mukhang model ng Johnson's face powder. Merong mga tambak ng tigidig ang mukha, akala mo tigyawat na tinubuan ng pisngi. Merong mga palangiti na halatang tatakbo sa Student Council. At meron din namang mga snob na akala mo anak ng mag-asawang congressman at mayor.

Iba rin ang mga teacher. Marami ang bata pa at mukhang hindi kumakain ng Nutri Bun. Iba ang classrooms, di hamak na matibay-tibay sa room namin nung Grade 3 na tinirador ng bagyo. Iba ang facilities, mukhang functional 'yung library at restrooms. Iba ang atmosphere. Iba ang high school.

Sa elementary, may subject na Good Manners and Right Conduct para magturo ng kabutihang asal. Sa high school, may School Regulations and Rules of Conduct para magturo sa mga walang natutunan.

Bawal ang cheating, forgery, vandalism, at offensive behavior.

Bawal ang gambling, physical abuse, defamation, at indecent conduct.

Bawal ang theft and damage to school property.

Bawal ang sigarilyo, alcohol, drugs, and possession of weapons.

Kailangan ang attendance and punctuality sa klase at flag ceremony.

Kailangan ang haircut, uniform, at I.D.

May set of rules para sa absences, school uniform, at tests & examinations. Meron din para sa flag ceremony, sa comfort room, sa canteen, sa library, sa clinic, sa school grounds, sa loob ng classroom, at maging sa labas ng eskuwelahan kung may inter-school activities.

Bawat offense may penalty: reprimand, civic action, 3-day suspension, 5-day suspension, dismissal, automatic failure, at disqualification para sa honor students.

Sabi ni Grant Gilmore, "The better the society, the less law there will be. In heaven there will be no law...in hell there will be nothing but law, and due process will be meticulously observed."

Hell ang high school.

Cool.

Bukod sa bata pa ang grade schoolers, kadalasan e wala ring malapit na shopping mall sa eskuwelahan nila kaya hindi uso ang lakwatsa. Kaya nung high school, nilasap ko kaagad ang sarap ng paglalakwatsa, na naglasang trahedya.

Kasama ko noon ang isang classmate, si "Ulo" kung tawagin ng iba naming kaklase dahil medyo pandak at may kalakihan ang ulo, hawig nung character sa comics. Sabay kami lagi umuwi. Pero isang beses naisip naming dumaan muna sa isang department store. Kung sino sa amin ang may pakana, hindi ko na maalala.

Siguro kahit anong disguise ang gawin namin dati para magmukhang "grown-ups", halata pa ring first year students kami dahil sa parte ng department store na pinuntahan namin: Toy Section. Habang pinipilit kong maging pormal, si Ulo naman e sigaw nang sigaw ng "WOOOWW!" sa bawat laruang nakikita n'ya. Kulang n'ya na lang e lobo at lollipop.

Buo na sana ang araw ng kasama kong musmos kung hindi bumagsak 'yung laruang truck sa likuran namin.

"PAAAGH!"

Isa lang ang pumasok sa isip ko. Lagot!

May damage. Half-inch 'yung basag sa funnel nung laruang cement mixer construction truck. Nilapitan kaagad kami ng saleslady...AT DINALA SA MANAGER. Lagot! In-escort kami hanggang sa basement ng building kung saan nagpapahinga ang ibang empleyado. Doon alam ko isa lang ang nasa isip ng mga nakakita sa amin. Shoplifter. Naka-school uniform pa naman kami. Lagot!

Tahimik ako habang nangyayari ang lahat. Denial stage. Pinipilit kong magkaroon ng out of body experience. Si Ulo—hyper, optimistic, upbeat, high. Nakatingin ako sa kalendaryo sa opisina ng manager. July 8. Birthday ng nanay ko. Habang naghahanda ang mga kapatid ko sa bahay, nakapiit ako sa Office of the Manager. July 8. Wala pa 'kong isang buwan sa high school. Habang busy pa sa pagpapa-impress ang mga estudyante sa teachers at classmates nila, ako eto, depressed na at suicidal.

Nagkasundo si Ulo at ang manager, babayaran ang pesteng truck. Pero dahil wala kaming pera, naisip ni Ulo na puntahan ang adviser namin. Ipinaiwan ng manager ang school bags namin bilang collateral.

Pagbalik namin ng campus, wala na si ma'am. Pero hindi nawalan ng pag-asa si Ulo na hyper, optimistic, upbeat, at high pa rin noong mga oras na 'yon. Hanga ako. Nilusob namin ang walking distance na bahay ng adviser namin. At pagdating doon, si Ulo ay biglang suminghot, umiyak, ngumawa, at humagulgol. Umamin din na may umagaw ng lollipop at pumutok ng lobo n'ya.

Pumutok ang butsi ng adviser ko at ipinagtanggol kami sa manager. Nagkabayaran at natapos din ang lahat. Tapos na sana ang sakuna kaso pumutok din ang balita sa esukwelahan kinabukasan. Inilahad ng adviser namin sa buong klase ang kuwento namin ni Ulo na may pamagat na "Huwag Ninyo Tularan..."

Kung sa elementary e nagbabago ang itsura ng mga estudyante, lalo naman sa highschool. Asar. Public enemy number 1 ang tigyawat. Nakakahiya 'yung malalaking pigsawat (combined force ng pigsa at tigyawat) na pag dumapo sa mukha mo e talagang nagsusumigaw ng "TIGYAWAT AKO! TIGYAWAT AKO! BWAHAHAHAHA!!!!!!" Dyahe, lalo na 'yung acne na nagbubutas-butas ng mukha na pag nilagyan mo ng ketchup e pwede ka na sa Night of the Living Dead. Isabay mo pa d'yan ang baduy na uniform, prescribed 3x4 haircut, at boses na piyok nang piyok. Pilit kang pinagmumukhang pangit sa edad na pilit kang nagpapa-cute.

Nung Third Year ako, pati mga classmates kong lalaki laging may dalang salamin sa bulsa. Routine na nila ang basain ang labi, magsuklay, at tumingin sa salamin bawat limang minuto. Iisipin mong may barkong nag-oil spill sa ulo nila sa dami ng langis na nilalagay sa buhok para magmukhang New Wave. Kahit nagle-lesson ang teacher, tingin pa rin sila nang tingin sa salamin, walang pakialam. Nang minsang napuwing ako at humiram ng salamin, ako pa ang natsambahan ng geometry teacher, "'Yang salamin na 'yan, babasagin ko na 'yan!" Sumakit ang tiyan ng *buong* klase sa kapipigil ng tawa. Wrong timing daw ako mapuwing.

Matindi ang mga high school, hari ng asaran. May classmate kami dati na *binansagang* "putok" dahil sa body odor nito. Mabait at matalino s'ya, pero tuwing nagre-recite s'ya e maririnig mo ang mga classmate namin na parang mga palaka, kokak nang kokak ng "Poo-tok...Poo-tok...Poo-tok..."

Hindi rin mawawala ang mga *biruang* "Bagay kayo ni ___________" kung saan ipa-partner ka sa pinakapangit sa section n'yo. May naging classmate akong *babae* dati na pinangalanang "*beastfighter*". Isipin mo na lang kung anong itsura n'ya.

Pero tulad ng mga campus crush, hindi rin mawawala ang mga *beastfighters* sa history at Who's Who ng *bawat* batch. Isama mo na d'yan ang tatlong ginintuang aral sa high school: ang suklay, salamin, at deodorant.

Minsan ding nawala ang pagka-japorms ng section namin. Lumabas din kaming kahiya-hiya nang nagpulot kami ng notebooks sa harap ng high school building. Paano napunta doon ang notebooks namin? Inihagis ng Filipino teacher sa bintana mula third floor.

Quarterly submission noon ng notebooks. Titingnan kung nakumpleto namin ang chapter summaries ng Noli Me Tangere. Marami ang nag-cram. On the spot gumawa ng summaries.

Nagbilang ang teacher. Dapat nang ipatong ang mga notebook sa mesa n'ya. Sumunod naman ang buong klase. Ipinasa ang mga notebooks sa harapan, kahit na ilan dito e walang laman at marami ang incomplete. Ayos. Bahala na.

"Wala nang magdadagdag dito," sabi ng teacher, sabay labas ng room.

Pagkatapos ng limang segundo, na-defroze ang buong section. Sabay-sabay na nagtakbuhan sa teacher's desk at kanya-kanyang bawi ng notebook para dagdagan ang laman. Nagkagulo. Parang mga Gremlins na nabasa ng tubig.

Bumalik ang teacher makalipas ang labinlimang minuto. Dahil may look-out, naisauli na ulit ang mga notebook sa mesa pagdating n'ya at payapa na ulit ang buong kwarto. Hindi halata. Muntik na kaming makalusot.

"Bakit tumaas ito?" napansin n'yang nag-iba ang ayos ng pile ng notebooks. "Sinong nagdagdag?"

Kinabahan ang buong klase. Dahil nagkanya-kanya, hindi na rin namin masabi kung may nagdagdag nga ng notebook at kung sino. At kung meron man, wala na rin kaming magagawa, sabit-sabit na ang buong section.

"Bibilang ako ng tatlo, walang aamin?" Mainit talaga ang ulo ng teacher namin. Delayed yata ang sweldo. "Isa...dalawa..."

Walang umaamin. Walang humihinga.

"Tatlo!"

Walang ano-ano'y kinuha ng teacher ang lahat ng notebooks namin at pinalipad sa bintana, ginawang confetti sa Ayala.

'Yan ang Filipino 3. Natutunan ko ang Noli Me Tangere at nakilala si Padre Damaso.

Dahil napag-aralan ko ang oppression ng mga Kastila at ang katapangan ni Ibarra sa nobela ni Rizal, ginamit ko ito sa mapangmatang teacher namin ng Public Speaking and Debate.

Magaling ang teacher ko pagdating sa History at Literature. Isang speaker at philosopher. Sa Tagalog, pilosopo. Paiikut-ikutin ka sa discussion at pag hilo ka na, sisipain ka. Mahilig s'yang mag-quote ng passages sa iba't-ibang libro, kasama na ang Bible, at pag humirit e parang kabatak n'ya lang si William Shakespeare.

Hindi ko alam kung ano ang pumasok sa kukote ko at naisipan ko s'yang barahin minsan. Siguro dahil hindi ko na matiis ang istilo n'ya sa klase, sa kalagitnaan ng discussion bigla ko s'yang tinanong tungkol sa bukambibig niyang verse sa Bible.

"Sir, in which book of the Bible can we see that verse?" Napatigil ang buong section.

"I'm sorry?" napatigil ang teacher.

"In which book of the Bible can we see that verse?" napatigil ako. Alam na ng mga classmate ko na naghahanap ako ng away. Takot sila at gusto na nilang sabihing, "Sir, patawarin n'yo po s'ya, hindi n'ya alam ang kanyang ginagawa!" Hindi nila akalain na gagawa ako ng ganon. Hindi ko rin akalain.

Pero magaling ang pilosopong guro. Dahil hindi n'ya alam ang sagot, hindi n'ya sineryoso ang tanong ko, nagmukhang tanga si David dahil hindi s'ya pinatulan ni Goliath. Pinaikot-ikot lang ulit ng guro ang bobong klase at nang mahilo sila, ako ang sinipa. Pagdating ng recess, isa-isang lumapit sa 'kin ang mga classmates ko at nag-abuloy ng "Ikaw kasi eh!"

Pero round one lang 'yon. Di nagtagal, nagkaroon pa kami ng re-match. Hindi ako mahilig sa debate. Hindi ako gago at palaban. Pero 'yan ang naging tingin sa 'kin ng klase dahil hindi ako sumasakay sa tsubibo ng teacher namin. Hindi ko ibinibigay sa kanya ang mga inaasahan niyang reaction galing sa audience.

Minsan tinanong n'ya kami isa-isa kung pabor kami sa divorce. Pagdating sa 'kin, sabi ko hindi, sabay quote sa Bible.

"Kahit na iniiputan ka na sa ulo ng asawa mo???" tanong n'ya na parang patuon kay Forrest Gump.

"Yes, sir. I stand by the word of God, sir." sagot ko, na parang si Forrest Gump.

Wala akong argumento noong araw na 'yon, trip ko lang sumalungat sa kung ano man ang opinyon ng magaling kong teacher. Tumawa lang s'ya nang tumawa, wala akong reaksyon. Ganito kami buong taon. Pero katapus-tapusan, nagkasawaan din. Dahil hindi na n'ya binabalahura ang klase namin, napatawad ko s'ya. Dahil ayos naman ako sa klase at hindi ko na s'ya kinukuwestiyon, napatawad n'ya ako.

Nagkaunawaan rin kami ng teacher ko sa Public Speaking. 'Yun siguro ang gusto niyang ituro ng "eloquence".

Homily.

Meron kaming poster & slogan making contest. Bukas ang paligsahan para sa lahat ng gustong sumali...pati na rin sa mga ayaw—kami 'yon, mga Junior Practical Arts students!

Mahirap ang Prac Arts 3 dahil sunod-sunod ang projects. Nagawa na yata namin ang lahat na pwedeng magawa sa lapis, pambura, T-square, drawing board, triangles, foot rule, compass, protractor, pastels, tracing paper, illustration board, construction papers, at oras.

Katulad ng dati, cramming ang buong section. Lalo na 'ko, dahil ilang araw din ang nasayang ko sa "planning stage." Maganda ang slogan ko para sa anti-drug abuse campaign. Maganda rin ang pencil outline ko ng poster. Kaya lang 'yun pa lang ang nagagawa ko, kung baga sa bahay e nasa poste pa lang ako. At ang deadline...within 60 minutes.

Ayos lang, sabi ko. Sa basketball nga marami pang nangyayari sa loob ng 2 minutes, 60 minutes pa kaya?!

Tama ako, may nangyari nga sa loob ng 2 minutes. May lumitaw na sugo sa pintuan ng classroom, pinapalabas kami dahil naka-schedule daw ang section namin na mag-rosary sa lobby. Oktubre noon, Rosary Month, at tuwing ganoong panahon taun-taon e nagiging Lourdes ang non-sectarian kong eskuwelahan.

Walang ingay, pero iisa lang ang mababasa mo sa mukha naming magkakaklase. "@$#%! Paano na ang project ko?"

Walang anu-ano, pinalabas na kami sa room ng teacher ko.

"Sir, paano 'yung non-Catholics?" may humirit.

Uy, uy, creative! Hanga talaga ako sa utak ng mga estudyanteng nagigipit. Hindi nga naman lahat kami e Catholic. At hindi nga naman lahat kami e Catholic sa lahat ng oras. Marami ang pwedeng maging Baptist, Buddhist, o Atheist kung kinakailangan. At ang hindi Catholic, pwedeng maiwan sa room at gumawa ng project. Hmmm...AMAZING GRACE!!!

Dahil dito marami ang naging instant Hindu. Maski ako, muntik magpa-convert nang maisip kong may paraan pa pala para maisalba ang poster ko. Pero lumabas din ako ng room at nag-rosary nang maisip kong napakaliit na bagay nung project na 'yon para ipagpalit ang iilang prinsipyo ko sa buhay noon.

Hindi naman kami masyadong nagtagal. Nakabalik din kami kaagad ng room at nakahabol sa pagtapos ng project. Kahit hindi pa rin nakulayan ang poster ko nang ipasa ko ito, nabigyan pa rin ako ng 82%. Hindi na masama.

(Abangan ang beatification ko sa Vatican.)

Hindi rin masama gumawa ng parol ang nanay ko. Maganda ang mga project kong parol noong Grade 6 at first year high dahil sa kanya. Kaya noong second year, binalak kong sumali sa lantern-making contest. Bumili ako ng spherical na styrofoam na kasinlaki ng bola ng basketball para gawing globe. Balak kong ipakita ang "Mundo Na Nababalot Ng Pagmamahalan Kung Kapaskuhan." Kaya lang alas-dose na ng gabi hindi pa rin mukhang parol ang project ko. Tumulong na ang nanay ko.

Nang mag-ala una na ng umaga at wala pa ring nangyayari sa "Mundo Na Nababalot Ng Pagmamahalan Kung Kapaskuhan," sinabi ng nanay ko na bumili na lang daw ako ng parol sa palengke kinabukasan at 'yun ang ipasa ko sa eskuwelahan. Ayos lang 'yon sa teacher ko dahil alam n'ya na busy kami sa iba pang projects, pero hindi ayos sa 'kin 'yon dahil alam kong may tsansang manalo sa paligsahan ang "Mundo Na Nababalot Ng Pagmamahalan Kung Kapaskuhan" ko. Naniniwala akong quitters never win. Tinapos ko pa rin ang obra ko kahit na binigyan na ko ng nanay ko ng pera pambili ng ready-made na parol. Natulog ako ng alas-dos ng madaling araw at hindi na nakagising nang maaga para magsimbang gabi.

Pagdating sa eskuwelahan, marami ang namangha sa dala kong parol; isang maputi, malaki, at magandang parol. Tinanong ng teacher ko kung magkano bili ko.

"35 pesos, ma'am."

"Napamahal ka, anak...30 pesos lang 'yan d'yan sa gilid ng gate."

Anong nangyari sa "Mundo Na Nababalot Ng Pagmamahalan Kung Kapaskuhan" ko? Ayun, hindi ko pinasa, nilipasan ng panahon at napuno na lang ng alikabok sa ilalim ng sofa namin. Sa isang aksidente e nasunog pa ito at nagliyab, buti na lang at nabuhusan kaagad ng isang baldeng tubig. Nang mapatay ang apoy, tapyas na ang globe ko. Nauwi ang "Mundo Na Nababalot Ng Pagmamahalan Kung Kapaskuhan" sa "Mundo Na Tinamaan ng Asteroid".

Kahit wala akong talent, nakasali rin ako sa ilang programs noong high school. Isa na dito ang puppet show namin ng Rumpelstiltskin kung saan bukod sa nanginginig kong kamay sa loob ng puppet e wala nang iba pang parte ng katawan ko ang na-extra sa stage. Kinailangan din ng teacher ko na i-narrate ang umpisa ng kuwento sa audience dahil nabura sa cassette tape namin ang unang parte ng recorded narration.

Pero hindi 'yan ang unforgettable forgettable experience ko sa stage, kundi nung na-assign ang section namin sa isang Star Wars production noong Foundation Day. Oo, Star Wars. Sasayaw ang mga babae sa music theme ng pelikula at gaganap na androids at galactic warriors ang mga lalaki. May magba-ballet, may makikipaglaban, may mga sasabog, at may mga patay-sinding ilaw. Meron ding gagawa ng excuses at magpapalusot para maging propsman na lang at makaligtas sa kahihiyan na mangyayari—ako 'yon!

Naglagay kami ng pulbura sa stage, sisindihan namin ang "explosion" gamit ang katol na nakatali sa dulo ng mahabang sanga ng puno...parang magpapaputok sa bagong taon.

Umpisa pa lang ng program sinindihan na namin ang katol at inihanda, tapos nag-relax na kami sa gilid ng stage at nag-enjoy sa panonood. Lahat ng nakakakita sa amin nagtatanong kung nilalamok kami. Lumipas ang higit isang oras, natapos din ang mga kumanta, sumayaw, tumula, at tumambling sa stage.

Ayos, kami na. Naka-set na ang lahat. Pagdating sa stage, ayaw dumikit sa dingding ng isa sa dalawa naming 6x6 ft. posters na tatlong araw naming pininturahan ng black & silver para magmukhang outer space. Pag-akyat ng mga classmate ko sa stage, halong pagkamangha at panlilibak ang mahina naming narinig sa audience. It's showtime!

Nang oras na para sa explosion, ubos na ang katol namin. Pag bumili kami ulit ng bago, malamang na closing remarks na ng principal ang maabutan namin. Wala nang ibang paraan kundi maglakad kami sa gitna ng stage at sindihan ng posporo ang pulbura. Mano-mano. Pero hindi 'yon ang ginawa namin. Talagang pinilit pa rin naming simutin ang katol at gamitin ang natitirang baga nito kahit na kasing-liit na lang ng butil ng asin. Ayos, gumana! Kaso 'yung double explosion na dapat mangyari sa kaliwa at kanang bahagi ng stage e hindi nagkasabay. Pumutok 'yung kanan, at pagkatapos ng 30 seconds, 'yung kaliwa..."Puffft!" Supot.

Ayos din 'yung strobelights na pinaghirapan naming i-set up. Dahil alas-sais lang ng hapon noon at nasa quadrangle kami, walang nakapansin na may nagpapatay-sinding ilaw. Siguro kung kumain na lang kami ng buhay na manok sa gitna ng stage mas natuwa pa 'yung audience.

Kinabukasan tahimik ang teacher namin. Walang nagkuwentuhan at hindi napag-usapan 'yung program. Lahat yata e nagpa-hypnosis para kalimutan ang ano mang naganap. Ako lang ang umaamin ngayon na may ganitong pangyayari sa eskuwelahan namin. Patay ako sa teacher at mga classmates ko. Tiyak.

Isa sa mga naging requirement sa Practical Arts namin noong First year ay ang pagluluto. Napagkasunduan ng mga kasama ko na Menudo ang lutuin namin para ma-impress ng konti ang teacher.

Ayos. Nagtoka-toka na kami kung ano ang mga bibilhin naming ingredients. Okay na sana, kaso mo sa araw ng pagluluto, patatas ang dala ng classmate kong dapat magdadala ng pasas (raisins). PA-TA-TAS. PA-SAS. Dahil yata naka-walkman s'ya nung nag-meeting kami.

Pero dahil noodles lang ang niluto ng kasabay naming grupo (at dahil nagkainan kagad sila at 'yung tira nila ang ipinatikim sa teacher!), napagtiyagaan na rin ng teacher ang Menudo naming 90% patatas.

Solb?

Hindi gaano. Dahil naulit pa ang activity sa Second Year. Anak ng Menudo!

Babae ang teacher namin at sa Home Economics room kami nagluto kung saan nananghalian ang ilang miyembro ng faculty. Marami at matitindi ang huhusga sa putahe namin.

Pumuporma pa lang kami, nagtanong na kaagad ang teacher kung masarap ang lulutuin namin.

"Yes, ma'am...M-Mechado po!"

Tumango s'ya at umalis. Maya-maya bumalik at tinanong kung kumpleto sa rekado ang "Afritada" namin.

"Huh?" bulong ng kasama ko. "Anong Afritada?"

"Umm, ma'am," humirit ako. "Mechado po."

Tumango lang ulit ang teacher ko at umalis. Maya-maya bumalik na naman at tinanong kung tapos na ang "Afritada" namin.

"Hindi pa po." sagot ko, nakakunot na ang noo.

"Ma'am," hirit ng isa ko pang ka-grupo, "Mechado po!"

Tulad ng dati, tumango lang ulit ang teacher ko, at umalis. Nagtanungan na ang mga kasama ko kung ano nga ba ang niluluto namin.

"Basta alam ko Mechado 'to!" sagot ko.

Maya-maya pa e dumating na ang mga teachers para mananghalian.

"Ano bang niluluto ng mga bata?" tanong nila.

"Afritada!" pagmamalaki ng teacher ko.

Kahit na pare-pareho kami ng mga kagrupo ko na hotdog, itlog, at noodles lang ang kayang lutuin, insulto pa rin sa 'ming tawaging Afritada ang Mechado namin. Asar na kami.

Nang maluto ang ulam, nagsalu-salo na ang lahat sa mesa. Puno na ng kanin ang mga plato namin nang mapansin naming nagdarasal pa ang mga teachers. Pagyuko namin para magdasal, s'ya namang pagsandok nila ng kanin. Maya-maya may dumating na namang teacher at nagtanong:

"Wow, ambango naman, anong ulam 'to?"

Sabay-sabay na sumagot ang mga ka-grupo ko at ang mga teachers.

Isang beses lang kami nagluto, pero dalawang putahe ang nagawa namin.

Sigurado ako, kilala mo sila Salvador Tampac, Pablito Sarmiento, at Alfonso Tagle. Siguro para mas kwela at madaling tandaan kaya ginawang Cachupoy, Babalu, at Panchito ang pangalan nila. Pero tingin ko hindi mo kilala sila Tigang, Waway, McDo, Bungo, Guchiriz, at Baby Tsina. Kung kilala mo, malamang magka-batch tayo at nag-aral sa iisang eskuwelahan. Alias ng mga high school teachers namin ang binanggit ko.

Medyo nagmumurang kamatis na si Tigang—payat, maitim, masungit—pero magaling na teacher. Tinagurian s'yang tigang dahil sa pagiging terror at matandang dalaga. Tigang dahil parang lupa na uhaw sa ulan.

Samantala, kawawa naman ang mga nasa harapan ng klase dahil lagi silang naliligo sa laway pag nagle-lecture si Waway—kaya "Waway"! May edad na rin 'to kaya kailangang magtina ng buhok para magmukhang bata. Kaso may mali yata sa paraan n'ya ng pagtitina, hindi pulido, kaya kadalasan e tatlo ang kulay ng buhok n'ya: itim, puti, brown. Sabi nila swerte raw ang pusang may tatlong kulay. Sa tao, ewan ko.

Si McDo naman ang teacher naming underweight at overacting. Pakiramdam n'ya lagi e sexy s'ya. 'Yung matulis at nakakasugat n'yang *baba* ang dahilan kaya s'ya inihalintulad sa kumakantang quarter moon sa isang commercial ng McDonald's.

Si Bungo ang teacher namin sa Music, ang may pakana ng karumal-dumal na Star Wars production. Hindi s'ya tatawaging Bungo kung hindi nakausli ang mga *buto* at ugat n'ya sa mukha. Pero kahit na mukha s'yang x-ray, magaling s'yang mag-piano at tipo ng mga *kababaihan*.

Mabaet at ayus naman si Guchiriz, kaya lang talagang nakakaelang 'yung puntu n'ya na tatak ng mga taga-timug na parti ng *bansa*. Pero mas nakakailang si Baby Tsina na gumagamit pa rin ng mga kasuotang Tsino na ginamit n'ya sa isang Chinese school na pinagtrabahuhan n'ya *bago* s'ya lumipat sa eskuwelahan namin.

Hindi ako ang may pakana sa mga *bansag* sa teachers. Hindi ko alam kung paano sila nagkakaroon ng alias at bakit hindi lahat sila e meron. Hindi naman lahat ng nabigyan sa amin ng alias e terror. At hindi rin lahat ng terror e may alias. Mataba ang teacher na naghagis ng mga notebook namin sa labas ng bintana, pero wala akong naalalang pagkakataon na may tumawag sa kanya ng *baboy*, hippopotamus, dinosaur, o Godzilla. Umpisa pa lang ng klase nilinaw na niyang hindi s'ya pwedeng *bigyan* ng alias. Sinunod naman s'ya ng mga estudyante. Hanga ako sa mga teacher na kayang ipag-utos ang respeto.

Pero meron ding mga teacher na kahit walang alias e interesante pa rin. Tulad na lang ng teacher ko sa Physics na dalawampung taon nang nagsasabing magre-retire s'ya pero hanggang ngayon e nagtuturo pa rin ng mga friction, momentum, at potential energy. Puro potential energy lang yata s'ya talaga.

'Yung teacher ko naman sa Theology noong college e mukhang walang energy. Laging bagsak ang mga mata tulad ni Garfield, parang laging may pinupuntahang lamay gabi-gabi. Madalas s'yang magsabi ng "I am very happy and thankful that all of you supported our outreach programs," pero kung hindi mo pakikinggan ang sinasabi n'ya at titignan mo lang ang mukha n'ya e para s'yang nagsasabi ng "Nasunog ang bahay namin, may lumapastangan sa anak ko, natanggal sa trabaho ang asawa ko, at ako'y may cancer."

May Science teacher din ako dating mukhang alitaptap dahil laging makintab ang damit, pamaypay, at kulay ng buhok. Pero no match s'ya sa misteryosong university staff na lagi naming nakikitang uma-attend ng First Friday Mass sa Gym. Pag pula ang damit n'ya, pula rin ang sapatos, stocking, bag, pamaypay, panyo, payong, at salamin sa mata. Laging terno-terno. Minsan green, minsan blue, minsan yellow. Meron din yata s'yang glow in the dark.

Minsan nanghihinayang ako pag naiisip kong kaya lang ako hindi nagka-award noong high school graduation e dahil sa tardiness ko. Madalas daw akong late kaya may mga teachers na nag-object nang maging candidate ako para sa special award for conduct...'yan e ayon sa kuwento ng adviser ko. Pero hindi yata dapat ako maniwala dahil bukod sa madalas akong late dati e marami pa 'kong ibang mga itinagong kalokohan.

Dahil matindi ang pressure ng fourth periodical exam sa seniors dati, nag-deal kami ng classmate kong matalino at matalinaw din. Dahil sabay-sabay na ibinigay ang test papers ng iba't-ibang subject, natuloy ang plano naming magpalitan ng papel. Dalawang papel ang sinagutan namin bawat subject, papel n'ya at papel ko, naghati kami. Bahala na s'ya sa Advanced Algebra, Trigonometry, At Physics. Sagot ko ang World History at Literature.

Hindi lang 'yan ang kalokohan ko, gumamit rin ako ng kodigo na nakasulat sa likod ng Logarithmic Table. Nahuli!

Pero bukod sa konting pangungonsensya e wala nang ginawa ang proctor ko. Tolerant.

Sige, aaminin ko na ang lahat at mangungumpisal ako ngayon:

Kinopya ko ang pirma ng nanay ko para kunyari sa bahay ko ginawa 'yung assignment ko dati sa English.

Nagsulat ako ng mga pangalan sa top counter ng Chemistry laboratory namin (pero maliit lang, kasinlaki lang ng mga letra sa librong 'to).

Inuwi ko ang isang libro na matagal nang kakalat-kalat sa room namin (wala namang umaangkin at dahil medyo sira na 'yung libro, alam kong sa basurahan na rin babagsak 'yon.)

Madalas akong mag-cutting sa ilang subjects (pero hindi para maglakwatsa kundi para tapusin ang project sa iba pang subject.)

Kalahati ng mga dahilan sa excuse letters ko e guni-guni lang.

Naukaan ako ng buhok dahil hindi umabot ang gupit kong 2x3 sa prescribed na 3x4 haircut.

Na-hold ako ng discipline committee kasama ang iba pang estudyanteng lalaki na gumagamit ng colored/printed undershirt.

Nahuli ako ng first period teacher na nagtatago sa gym kasama ang dalawa pang kaklase habang iniiwasan namin ang discipline committee at CAT officers dahil late kami sa flag ceremony.

Madalas akong late kaya maraming beses din akong pinagpulot ng basura sa school ground kasama ang iba pang habitual latecomers.

Nilabag ko ang rules ng attendance & punctuality at haircut & uniform. Guilty rin ako sa charges of cheating, forgery, vandalism, at "theft." Andami ko palang naging kalokohan, hindi nga lang halata dahil nakatuon ang mata ng mga opisyal ng eskuwelahan sa "usual suspects" kahit na pilit nang nagpapakatino ang mga ito. Kung sa akin napunta 'yung special award for conduct, malamang matagal na ring nilapa ng kalawang 'yung medal dahil hindi karapat-dapat sa 'kin. Pero sa kabila ng lahat, nakalagay sa Certificate of Good Moral Character ko e "EXEMPLARY" pa rin.

Ayos ang reputation, pero hindi ang character. May nangangamoy politician.

"Bob, you're just starting your life. What you've accomplished is but a beginning. I know you've got what it takes to make your life in the future the best. Push hard and you'll be able to achieve what you want with flying colors. I know you could. Congrats and good luck....Lovelots, Ma'am Babes."

Lovelots...lovelots...Babes...hindi halatang terror ang adviser ko noong Fourth year. Mabait naman s'ya, pero para sa nakararami, isa s'ya sa mga teachers na dapat iwasan—matapang at namamahiya—ibang-iba sa taong pumirma sa kopya ko ng class picture.

Kanya-kanya ng gimik noong Graduation. Ako, pinapirma ko ang classmates ko sa itim kong school bag, gamit ang silver ink marker. Tikas, New Wave daw ang dating! Sa bag kong ito ngayon nakalagay ang mga naipon kong basura at gamit noong estudyante pa ko. Naging time capsule na naglalaman ng sari-saring bagay:

- Resibo ng entrance fee ko sa high school

- Resibo at sukat ng toga ko noong Graduation
- Registration cards mula first to fourth year
- Report cards sa third at fourth year
- Kopya ng NCEE score report at certificate of good moral character
- Quiz notebooks (hindi pad paper ang gamit namin pag may quiz)
- Test papers (perfect 'yung iba, bokya 'yung iba)
- Reviewers at examination form para sa NCEE (Nang kukunin ko na 'yung resulta ng exam, muntik malaglag sa kinauupuan 'yung Guidance Counselor namin dahil nakita niyang walang gusot 'yung 1 foot stub ko ng NCEE form. Hindi ko man lang tiniklop 'yung stub sa pag-aakalang mai-invalidate 'yung exam ko. Ganon ko sineryoso ang NCEE.)
- Isang pares ng black school socks
- Bullcap, t-shirt, buckle, tickler, at white handkerchief na gamit sa CAT
- Student's handbook
- Teacher's Evaluation Form (kung saan kami gumaganti sa teacher)
- Excuse letters na puro excuses
- 5 sheets of intermediate pad na naglalaman ng paulit-ulit na sulat ng "I promise to wear my PE uniform every meeting." (Halos lahat kami sa section pinagawa ng ganito.)
- Kopya ng opening remarks ko para sa isang school program

- Kopya ng *souvenir* program ng JS Prom, Career Orientation, at CAT Graduation
- Name tag ko noong Recollection
- Isang mahabang *balahibo* ng manok na *bigay* ng classmate ko noong last classroom instruction namin *sa* CAT. Napulot n'ya 'yon *sa* school grounds (oo, may manok kami *sa* eskuwelahan), *binigay* n'ya *sa* 'kin dahil pluma daw 'yon ni Rizal.
- Leather wallet na Christmas gift ng isang classmate. Naglalaman ito ng *balat* ng Halls candy, nginuya ko noong CAT graduation, at Biogesic tablet na *bigay* ni "special someone" nang minsang sumakit ang ulo ko *sa* eskuwelahan
- JS Prom candle (hindi nasindihan dahil *sa* lakas ng hangin)
- Pictures noong Graduation Day
- At love letter galing kay "special someone" noong Graduation.

Kasama ang mga down to earth outcasts ng klase, naghanap ako ng papasukang kolehiyo sa Maynila. Revenge of the Nerds, Pinoy version.

First stop: University of the East. Dire-diretso kami sa loob ng campus, pero sinita kami ng security guard. Hindi pa raw sila tumatanggap ng applicants. "Sa February 12 pa!" sabi nung sikyo. Sinunod naman namin s'ya, disappointed kaming lumabas ng gate. Malayo na kami nang maisip naming February 12 na pala noong araw na 'yon.

Second stop: Polytechnic University of the Philippines, PUP, also known as Philippine University of the Philippines. Medyo hindi nagustuhan ng mga kasama ko ang vibes pagpasok namin sa campus, siguro dahil sa sikyong nangha-harrass sa gate sa pagtitinda ng SASEng kakailanganin sa resulta ng exam. Medyo magulo ang proseso noong araw na 'yon, pinag-papasapasahan kami ng mga personnel. Nag-back out kami.

Third stop: Centro Escolar University. Ayos naman. Inilagay ko sa application form na gusto kong kumuha ng kursong Marketing, pero ang totoo wala lang akong maisip na kurso noon. Nag-eeny-meeny-miney-mo lang ako para may maisagot sa tanong.

Fourth stop: Pamantasan ng Lungsod ng Maynila. Computer Science ang isinulat ko sa application form, kahit na ang interes ko sa mga computers noon ay kapantay lang ng interes ko sa mga kulugo.

Fifth stop: Lyceum of the Philippines. Hindi ako nakapag-exam kasabay ng mga kasama ko, kinailangan ko pang magpa-re-schedule. Pero masaya dahil winelkam kami ng mga estudyanteng nagwewelga.

Sa awa ng Diyos, nakapasa naman ako sa lahat ng entrance exam ko, maging sa PLM kung saan marami sa mga kakilala kong matalino ang bumagsak.

Pero kahit na 10 lbs. na ang nawala sa amin ng mga kasama ko, kahit na nagkandaligaw-ligaw na kami at na-dehydrate sa paglalakad ng malayong distansya sa ilalim ng galit na araw, hindi ko pa rin nakita ang eskuwelahan ko. Alam kong kailangan ko pang mamanhikan sa isa pang eskuwelahan. Isa na lang!

Nakita ko rin s'ya paglipas ng ilang araw. Love at first sight. Kahit na 30 minutes akong late sa entrance exam, nakapasa pa rin ako. Suwerte ko raw sabi ng iba dahil madalas daw e hindi na pinag-e-exam ang late. Nilagay ko sa application form Computer Science. Sabi ng office assistant wala raw sila ganoong kurso. Pinalitan ko ang kurso ko ng kahit anong tungkol sa computer. Basta may "computer" ayos na 'yon.

Sa wakas, college na 'ko! Nagsimulang tumugtog ang theme ng Voltes V sa isip ko.

Pero wala na 'Kong ibang kuwento tungkol sa college. The end.

Wala na 'Kong gaanong maalalang istorya. Siguro dahil pinilit kong tanggalin na sa isip ang mga nangyari, kasabay ng pagsunog sa mga gamit ko. Minsan iniisip ko 17 years old ako namatay pero hindi ako nailibing.

Seventeenth birthday ko nang una akong nakatikim ng mabigat na rejection. Dahil sa heavy traffic, na-late ako sa first period class at hindi na pinayagan ng instructor sa Economics para kumuha ng Prelim exam. Apply na lang daw ako for special exam at isasabay n'ya 'ko sa ibang section. Sinunod ko naman s'ya. Pagdating sa Dean's Office, hindi raw valid ang reason ko. No special exam.

Nagpaliwanag ako. Sinabi kong hindi ako "hindi pinayagan" ng instructor na mag-exam, ayaw n'ya lang na magipit ako sa oras kaya isasabay n'ya na lang ako sa ibang klase.

"Wala akong makitang rason," sabi nung Dean's Assistant. Pagkatapos ng konti pang pakikipagtawaran, naisip kong tama s'ya, kahit ako walang makitang katwiran sa mga sinabi ko. At mali ako, hindi ko alam kung bakit ako nagpa-uto sa instructor ko. Umabot naman ako sa period n'ya, bakit hindi n'ya 'ko hinayaang mag-exam? Kung concerned s'ya sa 'kin, bakit kinailangan ko pang humingi ng permit sa Dean e idea n'ya naman na isabay ako sa ibang section?

Sayang. Kung humabol ako siguro kahit kalahati nung exam nasagutan ko. May utak naman ako, pero pinili kong maging bobo. Aminado akong kasalanan kong maging late nung araw na 'yon, pero mas kasalanan ang hindi ko ipaglaban ang simpleng karapatan sa loob ng klase. Muntik akong madisgrasya sa daan paglabas ng eskuwelahan. Wala ako sa sarili. Doon ko lang naisip na ganon pala sa college. Gaguhan.

Sampung istasyon ng tren, dalawang jeep, higit labinlimang minutong lakad, at halos isandaang baitang ng hagdan—anim na *beses* sa isang linggo—'yan ang tinatahak ko papuntang eskuwelahan noong first semester. One way pa lang 'yan at hindi pa kasama ang papunta sa kinakainan ko sa labas ng eskuwelahan tuwing tanghali. Pagod, puyat, lipas ng gutom, homeworks—'yan ang nag-welcome sa 95 lbs. kong katawan dati sa kolehiyo.

Madalas akong huli sa klase. Pagdating sa upuan ko, ang pagpiga ng panyong *basang-basa* ng pawis ang una kong ginagawa. Tapos isasampay ko 'yon sa hita ko, pantalon ko naman ang basa. Pero ayos lang, natutuyo naman 'yon sa aircon, kasabay ng pawis ko sa likod. Pag-uwi sa bahay, bagsak na 'ko sa kama. Wala nang merienda o hapunan. Ano mang oras na natitira e kulang pa sa homeworks.

Fatigue? Burn out? Hindi ko alam. Lumipas ang mga linggo nang ganito. Habol ako nang habol ng oras, pero lagi pa ring kulang.

Isang *beses*, late na naman akong dumating sa klase. Hindi na tinanggap ng instructor ang science project ko. Alam ko na ang ibig sabihin non.

First year. First semester. First time. Bagsak ako sa General Science 101.

✎✏✐

Lumala ang late, dumami ang *absences*. 'Yan ang katangian ng 2nd *sem* ko. Pero noong panahon na 'yon hindi ko pa rin alam kung ano na nangyayari sa pag-aaral ko. May isang *back subject*, pero ayos lang. Kung *baga* sa action film e nadaplisan lang ako ng *bala* sa *braso*. Walang problema. Ako pa nga ang nagpapalakas ng loob ng classmate kong minor *subject* lang ang *bagsak*

Disente pa rin naman ang *score* ko sa mga quiz at exam. Tumatawag pa rin ako ng positibong pansin sa klase paminsan-minsan. Kaya lang di talaga maiwasang maglaro sa 75 ang grades ko dahil sa mga missed quiz, missed recitation, missed project, missed exam. Misery.

Nagkasakit ako pagdating ng Finals. Isang linggo ang Finals, isang linggo rin akong *absent*. Nalaglag na lahat ang mga bolang jina-juggle ko. Six units ang failed ko, 9 units ang incomplete. Hindi na lang *basta* daplis ng *bala* sa *braso* ang tama ko. Pakiramdam ko noon e ibinala na 'ko sa kanyon.

Mas madali pang umulit ng *subject* kesa mag-hunt ng instructor at mag-complete ng requirement.

✎✏✐

Nag-summer class ako.

Isang hakbang 'yon ng pagbangon. Binalikan ko ang back subject at kumuha ng advanced subject para di sayang ang pamasahe.

Oasis. Spring in summer. Tagumpay. Naging isang magandang karanasan sa 'kin 'yung summer na 'yon. Bumalik ang lakas ko at interes sa pag-aaral. Siguro dahil bakasyon, walang gaanong traffic at madaling magbiyahe papuntang eskuwelahan. Siguro dahil wala masyadong estudyante sa eskuwelahan, konti lang kayo sa klase, tahimik, at nakaka-pagturo nang maayos ang instructor. Siguro dahil iba ang naging instructors ko...alam ang itinuturo, masipag at matyaga, at hindi lang basta hintuturo ang ginagamit sa pagtawag ng estudyante pag recitation, kundi pangalan. Kinilala ako ng instructors ko nung summer.

Ayos. Naging mayabang ulit ang classcards ko.

Kaso sa Second Year, bumalik ang eskuwelahan sa dati nitong anyo—gubat. Bumalik din ako sa dati kong pagkatao—insekto. Unti-unti nang bumigay ang interes ko sa pag-aaral. Meron akong advanced subject, marami akong back subject. Magulo na ang schedule ko. Kinailangan ko nang humiwalay sa barkada at mag-free section. Kalat-kalat na vacant period, iba-ibang classmate.

Dati uma-absent ako kung kelan ko gusto. Ngayon pumapasok ako kung kelan ko na lang gusto. Mas marami na ang absences ko kesa sa ipinasok sa eskuwela. Pero hindi ako tinatamad. Hindi, dahil gumigising pa rin ako tuwing umaga. Araw-araw. Nag-aalmusal, naliligo, nagbibihis ng uniform. Kaya lang pag ayos na ang lahat, tsaka ko lang maiisip na ayokong pumasok.

Nakahalata ang mga classmate ko sa 'kin. Lagi nila kong pini-pep talk noong una, pero nagsawa rin sila.

Five units ang panibago kong damage.

Second year, *second sem*, second life. Patay na *sana* ang college ko kung hindi ako ini-enroll ng utol ko. Suko na kasi ako. Ayoko nang dumaan ulit *sa* nakakabagot na enrollment. Ayoko nang malaman kung gaano pa kalayo ang tatahakin ko para makuha ang pesteng diploma.

Six units ang Accounting I ko, dalawang *beses* na tigtatatlong oras ko s'yang inuupuan *sa* klase *sa* isang linggo. Nakatatlong ulit ako ng Accounting I, kabisado ko na nga ang mga exam, pero hindi ako nakakatagal ng isang *sem*, hindi ko natatapos. Pre-requisite 'yung subject, meron pang Accounting 2 & 3. At meron pang Business Orientation I, 2, & 3 na kailangang simultaneous daw *sa* Accounting I-3.

Pesteng diploma.

Sa pag-aakalang babalik ang dati kong interes *sa* pag-aaral, nag-summer class na naman ako. Dalawang buwan ang summer. Isang buwan lang ako tumagal. Ubos na ang gasolina. 'Yoko na.

Naghanap ako ng panibagong buhay sa ibang eskuwelahan. Nakahabol ako sa third trimester ng panibagong college.

Ayos naman ang eskuwelahan, ang faculty, ang mga estudyante, ang buhay. Naka-adapt kagad ako sa bago kong mundo. Solb na 'ko. Akala ko.

Nagkasakit ulit ako pagdating ng Finals. Nawalan pa 'ko ng school ID at registration card na kailangan para sa exam permit. Hindi ko alam kung ano ang gagawin ko noong bisperas ng exam: Tatapusin ang school projects, reports, at iba pang requirements? Magre-review para sa exam? Gagawa ng ID at registration card para makakuha ng exam permit? O susunod sa payo ng doktor na magpahinga at wag magpuyat kung ayaw kong tumira sa ospital?

Malamig ang panahon, magpapasko, hatinggabi, tahimik. Alam kong anuman ang magiging desisyon ko noon e guguhit sa kinabukasan ko. Long term.

Uminom ako ng gamot. Tapos natulog.

Natapos ang Pasko. Kailangan na ulit harapin ang problema. January pa lang, Mahal na Araw na. Hindi ko pwedeng ipaalam sa pamilya na pumalpak na naman ako. Hindi pwede. Masyado nang marami ang mali ko. Madalas. Paulit-ulit.

Itinago ko ang problema. Pagdating ng pasukan, balik pasok din ako sa eskuwela, kahit na hindi ako enrolled at may mga limang incomplete subject pa last sem na naghihintay ng saklolo sa purgatoryo. Umaalis pa rin ako ng bahay at humihingi ng pamasahe na parang isang estudyante. Pero ang oras, pinapatay lang sa Maynila, paikot-ikot.

Sabi nila, sa kahit ano raw problema, isang tao lang ang makakatulong sa 'yo—ang sarili mo. Tama sila. Isinuplong ako ng sarili ko. Kaya siguro namigay ng konsyensya ang Diyos, alam Niyang hindi sa lahat ng oras e gumagana ang utak ng tao.

Habang nagsasalo sa hapunan ang pamilya at ilang bisita, nagkaroon ng gulo sa bahay. Gawa ko. Hindi ko sinasadya, pero nagawa ko siguro dahil gusto ko na rin malaman nila na meron pa 'kong mas malalang kapalpakan na kailangang ikumpisal.

Di na 'ko nakatagal. Noong gabi ding 'yon, isinulat ko ang lahat ng gusto kong sabihin. Letter of apology.

May kahabaan 'yung sulat. Sinabi ko ang problema ko sa eskuwelahan. Sinabi ko ang mga simpleng pangarap, takot, tuwa, galit, lungkot, at panghihinayang. Nag-crack na pala ako sa pressure, hindi ko pa alam. Medyo nagkasabay-sabay kasi ang problema ng pamilya noon. Hindi ko na binigyan ng karapatan ang sarili ko na humingi ng tulong para sa sarili kong problema. Sinabi ko na wala akong naging masamang bisyo. Nawalan lang talaga ako ng interes sa pag-aaral. Nalito. Napagod. Hindi ko nakasundo ang buhay-kolehiyo. Nawalan ako ng tiyaga...ng pag-asa...ng pangarap...at ng minamahal.

Sinabi ko, inamin ko, na minsan sumagi sa isip ko ang isa sa mga gamit ng baril. Masyado na kasing maraming bura ang papel, hindi na pwedeng gamitin, dapat nang itapon sa basurahan. Hindi naman iiyak ang mundo para lang sa isang tao.

Naisulat ko ang lahat ng hindi ko kayang sabihin.

Nagkausap rin kami ng mga kapatid ko, tubigan ang mga mata, basag ang boses, at nanginginig ang bawat salitang binibigkas. Minsan pala kailangan rin ang lakas para sabihing mahina ka. Noong gabing 'yon ko lang naramdaman na huminto ang pamilya para lumingon sa pinakabatang miyembro. Isa lang ang hiniling ko sa kanila: ang karapatan kong madapa at bumangon sa buhay nang walang tatawa, magagalit, magtatanong, o magbibilang kung ilang beses na 'kong nagkamali at ilang ulit ako dapat bumawi.

Wala ang mga magulang ko noong panahon na 'yon. Nasa probinsya ang nanay ko, nasa barko ang tatay ko. Matagal bago ko sila nakausap. Alam ko ang dismayang pasan ng balita, pero alam ko rin na alam ng tatay ko na kung may higit na madidismaya, ako 'yon. Nagtanong s'ya kung ano ang nangyari at kung ano ang binabalak ko, pero hindi na s'ya naghanap ng paliwanag. Sa maikling pag-uusap, hinayaan n'yang maisip ko na may sarili din akong barko. Obligasyon kong maglayag, karapatan kong pumunta sa kung saan ko gusto, responsibilidad ko ang buhay ko.

Natapos din ang unos. Pero iba na 'ko nang makaraos. Iba na ang tingin ko sa mundo. 'Yung ibang pananaw ko, bumuti, 'yung iba...hindi ako sigurado.

Wala na 'kong balak mag-aral. Gusto kong patuloy na matuto, pero ayokong bumalik sa eskuwelahan. Ginusto ko man ulit makatapos, 'yun e para na lang masabing may natapos ako, kahit ano. Patuloy man akong naghangad ng diploma, para na lang 'yon may maitapal ako sa butas na dingding ng buhay ko. Kasi ritual 'yon, tradisyon, sakramentong hinihingi ng lipunan para makapagtrabaho ka at kumita nang disente. At oo, para na rin respetuhin ka ng ibang tao.

Bumalik pa rin ako ng eskuwelahan at kumuha ng kursong technical. Kursong computer, dalawang taon. Nakakailang pag naririnig kong tinatawag 'yon na "vocational", para bang napakababa. Tuwing babanggitin ang two year course laging kasunod ang "lang". Two year course—LANG. Hindi sa college, hindi sa university, sa learning center—LANG. Hindi Computer Science, hindi Computer Engineering, Computer Programming—LANG.

Tulad ng marami, hindi pantay ang tingin ko dati sa mga out-of-school youth, mga vocational graduates, at sa mga hindi nakatapos ng pag-aaral. Ngayong isa na 'ko sa kanila, mas madali nang sabihing naiintindihan ko na.

Ibang-iba ang demography sa two-year course. Karamihan ng estudyante e galing sa public high school. Pero mali kung sasabihing "mapupurol" ang mga estudyante sa vocational school. Kung ikukumpara sila sa mga college students, ang pinagkaiba lang e mas konti sa kanila ang bilang ng mga "matatalino" sa klase kumpara sa mga average at below average students.

Nakadalawang taon ako sa college, isang semester sa isa pang college, at muling tumatakbo para sa two-year course sa isa na namang eskuwelahan. Sa kabila ng paglunok ng pride, pag-amin sa pagkatalo, at pagtanggap sa katotohanang "vocational lang" ang binagsakan ko, aaminin kong langit ang bago kong eskuwelahan.

Maliit lang 'yung building. Nasa isang floor lang ang buong 'campus'. Walang basketball court, gym, quadrangle, mga puno, drinking fountain, audio-visual room, at student council. Miniature version din ang canteen, clinic, library, faculty room, at restrooms. Hindi tatagal ang claustrophobic.

Pero sa eskuwelahang ito ako nakapagpahinga. Kahit medyo kapos sa sense of humor ang mga estudyante, hindi ka naman pahahanginan ng mga kuwento tungkol sa kotse nila. Mapapailing ka minsan sa lectures ng ibang instructors, pero ayos pa rin dahil lagi silang may oras para sa 'yo, hindi ka magmumukhang naghahabol sa Hollywood superstar pag may kailangan ka. Lahat ng tao pwedeng kausapin, approachable, at accommodating.

Pero hindi pa tapos ang laban.

Kinailangan kong kumbinsihin ang sarili ko na hindi na 'ko ulit magluloko. Itinali ko ang isipan ko sa isang pangarap na magbibigay sa 'kin ng pag-asa. Dumating ito sa anyo ng isang school paper, official organization ng eskuwelahan. Sa loob ng dalawang taon, dinaanan ko ang lahat mula sa pinakamababang posisyon hanggang sa pinakamataas. Sa tulong ng mga co-editors ko na nanggaling din sa ibang college at may kanya-kanyang problema sa transcript, napabuti namin ang dyaryo at naihanap ito ng pondo.

Malayo sa perpekto 'yung publication namin, kasing layo ng kaakmaan ng naging posisyon ko sa organization. Pero may nabuwag kaming bakod ng mga kasama ko, may nagawa kaming tulay, may sistemang nabago. 'Yun ang achievement namin.

Nakita ko rin ang dahilan para magtagal sa eskuwelahan. Kung dati madalas ako umabsent, ngayon uma-attend pa 'ko sa mga meeting, at inaabot ng pagsasara ng eskuwelahan kung minsan.

Nakatapos din ako ng pag-aaral. Pero hindi na 'ko umakyat ng stage nung Graduation Day. Habang nagmamartsa ang mga classmate ko, nasa ibang eskuwelahan ako—nagtuturo.

Naging teacher ako sa isang eskuwelahan. Ayos, parang back-to-school lang. Kailangan ko pa ring mag-aral minsan para may maiturong bago, pero walang problema, dahil hindi na lang naman ako ang nakikinabang sa mga natututunan ko.

Hindi rin ganon kahirap ang adjustment para sa first job ko. Dahil professional ang mga estudyante, kinailangan ko lang plantsahin ang English ko, at palitan ang maong at t-shirt ko ng slacks at polo. Ayos sa experience. Natuto akong humarap sa lahat ng uri ng tao.

Hindi pala lahat.

Naipadala ako sa isang private high school para magturo. Substitute teacher lang dapat ako, pero dahil walang ibang bakanteng teacher na pwede sa posisyon, hinikayat ako ng kumpanya na tanggapin na ang trabaho para sa kabuuan ng isang school year. Nagpanting ang tenga ko, ang pagkakaintindi ko e hinihilingan akong kumain ng isang toneladang bubog. Tumanggi ako. Pero dahil alam kong wala na talagang ibang taong maaasahan, pumayag akong mag-sub sa loob ng kalahating buwan. Magtuturo ako sa high school. Ang acid test ng mga totoong guro. Para na rin akong ngumuya ng isang basong bubog.

Dumating ang araw ng pagtutuos. Nagkita kami ng principal para sa briefing. Binigyan ako ng Teacher's Manual, Class Record, at malaking notebook para sa Lesson Plan. Tinuruan akong mag-compute ng grades at binigyan ng last minute advice. Wala akong oras para magmuni-muni. Hindi ako binigyan ng pagkakataong umatras. Umuwi ako ng bahay, lumubog ang araw, sumikat ang araw—Ting! FIGHT!!! Pakiramdam ko inihagis ako sa boxing ring. Insulto ang magandang sikat ng araw na parang sarkastikong bumabati ng "Good morning, teacher!"

Unang araw ng pagtuturo.

Tinamaan ng magaling! Nung high school, madalas akong late sa flag ceremony, lagi akong humahabol sa pila, minsan nagka-cutting pa para matakasan ang mga bantay na CAT officers. Ngayon eto, balik na naman ako sa high school, teacher pa!

Hindi ako makapaniwala sa mga paa ko nang dalhin nila ako sa Faculty Room. Holy cow! Talaga ngang G-U-R-O na 'ko...YIKES!!!!! Kahit saan ako lumingon puro teacher ang nakikita ko. Puro chalkbox, class record, chalkbox, libro, chalkbox, eraser, chalkbox, chalk—

"Hi! Good morning!" bati ng isa pang teacher na kasama kong in-export din ng kumpanya. Dual-force kaming ipinadala sa eskuwelahan na 'yon.

"Pasensya na," sabi ko, "pero wala muna tayong batian ng good morning habang nandito." Itinawa na lang namin ang dismaya sa bagong trabaho.

"Oh look, we've got very young computer teachers here!" Bigla naming narinig ang boses ng isang teacher. Paglingon namin, lahat ng mata sa malaking faculty room e nakatitig na sa 'min. Ibinalik namin ang mga ngiti nila. Pakiramdam ko'y mga bago kaming inmates na naghihintay ng initiation.

Nag-ring ang bell. Nagkanya-kanya na kami ng punta sa mga first period class namin. Para sa mga totoong guro, isang panibagong araw na naman ng pagpapalaganap ng karunungan at pakikipagtunggali sa kamangmangan. Para sa 'kin, huling araw ko na sa mundo.

"As I walk through the valley of the shadow of death..." Parang naririnig ko pa ang soundtrack ng Dangerous Minds habang tinatahak ko ang classroom. Nagkalat ang mga estudyante sa corridors dahil hindi pa naman regular ang classes. Sa 4th floor ang klase ko, huling palapag, pero 3rd floor pa lang parang gusto ko nang mag-back out.

Ilang sandali pa narating ko rin ang classroom ko. Syempre, pormang kagalang-galang ako, professional. Pagdating ko sa harapan ng klase tinanong kaagad ako ng isang estudyante, "Sir, first time n'yong magturo?" Humindi ako at nagsabing galing ako ng ibang eskuwelahan. Pero anak ng pagong, sira kaagad ang depensa ko! Halatang baguhan ako. Siguro dahil sa itsura ko, at sa tumatagaktak kong pawis na tanda ng sobrang kaba.

Di na 'ko tinantanan ng iba pang estudyante na nagbato na ng kanya-kanyang tanong tungkol sa 'kin. Hindi na 'ko sumagot. Ipinatawag ko na ang mga kaklase nilang nasa labas pa rin ng room para mag-umpisa na ang klase.

"Sir, hindi pa naman time eh!" hirit ng isang dalagita.

"Anong oras ba time n'yo?" tanong ko. Pero hindi ko na pinakinggan ang sagot n'ya. Busy na 'ko sa pagkukonsulta sa sarili kong kopya ng class schedule.

Pumasok na sa room ang iba pang estudyante. Maingay pa rin ang klase pero nasa akin na ang atensyon ng karamihan, habang ang atensyon ko naman ang hindi ko malaman kung saan napunta. Hindi ako makapaniwala sa hinahawakan kong class schedule—NASA MALING ROOM AKO AT HINDI 'YON ANG KLASE KO !!!!!

Jumping Jupiter!

Napakagandang simula. Sumimple na lang ako. Sa diplomatikong tono, nagpakilala ako. "My name is Roberto Ong. I'm going to be your teacher in Computer. But right now there's a problem with your schedule so I'll have to see Mrs. Santillan first. We'll start next meeting."... sabay eskapo at takbo sa ibang room kung saan 10 minutes nang naghihintay ang klase ko. Whew!

Sabi ng mga scuba diver tungkol sa ilalim ng dagat, "It's a different world down there."

Sabi ng mga sky diver tungkol sa kalawakan, "It's a different world up there."

Sa pagiging high school teacher, isa lang ang masasabi ko. "It's a different world at the teacher's table."

Ibang-iba. Ibang-ibang-iba. Bilang estudyante, mahirap isipin kung bakit parang mamamatay ang teacher tuwing nakakarinig ng ingay. Bilang teacher, mahirap isipin kung bakit parang mamamatay ang estudyante pag hindi nakagawa ng ingay. Kahit na alam kong nagtatanong lang ng oras ang isang estudyante sa katabi n'ya, kahit na nakikiusap lang ang isa na iurong ang silya ng isa, kahit na sinabihan lang ng isa ang classmate n'ya na hintayin s'ya sa canteen pagkatapos ng klase, nakakainit pa rin ng ulo. Lahat ng uri ng bulong at tunog ng salita e nakakapikon pag naririnig mong sumasabay sa pagsasalita mo. Dinig mo ang lahat, para kang may hearing aid at sonar power.

Mahirap ding maging "fair" pag ikaw ang teacher. Mahirap iwasan ang favoritism. Ang mga matatalino, masisipag, mga *sipsip*, at mga teacher's pet na isinusumpa ko noong estudyante pa 'ko, ay ang mga anghel na nagpapadali ng trabaho ko ngayon bilang teacher.

Sa mata ng isang guro, may isang dosenang klase lang ng high school students.

Clowns – Ang official kenkoy ng klase. May mga one-liner na gumigising sa lahat pag nagkakaantukan na. Sabi ng ilang teacher, eto raw 'yung mga KSP sa klase na dahil hindi naman matalino e idinadaan na lang sa patawa ang pagpapapansin. Pero aaminin ko, walang klaseng walang ganito, at kung meron man, magiging matinding sakripisyo ang pagpasok sa eskuwela araw-araw.

Geeks – Mga walang pakialam sa mundo, libro-teacher-blackboard lang ang iniintindi. Kahit na mainit ang ulo at bad trip ang teacher, ang mga geeks ang walang takot na lumalapit sa kanila para lang itanong kung mag-iiba ang result ng equation kung isa-substitute 'yung value ng X sa Y.

Hollow Man – May dalawang uri ang HM virus, ang type A at type B. Ang type A ay ang mga estudyanteng madalas invisible, bakante ang upuan, madalas absent.

Type B naman ang mga mag-aaral na bagama't present e invisible naman madalas ang sagot sa mga quiz; hollow ang utak.

Spice Girls - Barkadahan ng mga kababaihang mahilig gumimik, sabay-sabay pero laging late na pumapasok ng room pagkatapos ng recess at lunch break. Madalas na may hawak na suklay, brush, at songhits. Pag pinagawa mo ng grupo ang isang klase, laging magkakasama sa iisang grupo ang SG.

Da Gwapings - Ang male counterpart ng SG, isinilang sa mundo para magpa-cute. Konti lang ang miyembro nito, mga dalawa hanggang apat lang, para mas pansin ang bawat isa. Tulad ng SG, kadalasang puro hair gel lang ang laman ng utak ng mga DG.

Celebrities - Politicians, athletes, at performers. Politicians ang mga palaban na mag-aaral na mas nag-aalala pa sa kalagayan ng eskuwelahan at mga kapwa estudyante kesa sa grades nila sa Algebra. Athletes ang ilang varsitarian na kung gaano kabilis tumakbo e ganoon din kabagal magbasa. Performers naman ang mga estudyanteng kaya lang yata pumapasok sa eskuwela e para makasayaw, makakanta, at makatula sa stage tuwing Linggo ng Wika. Sa pangkalahatan, ang mga celebrities ay may matinding PR, pero mababang IQ.

Guinness - Mga record holders pagdating sa persistence. Pilit pinupunan ng kasipagan ang kakulangan ng katalinuhan. Sila ang kadalasang nagtatagumpay sa buhay. Masinop sa projects, aktibo sa recitation. Paulit-ulit at madalas magtaas ng kamay kahit na laging mali ang sagot.

Leather Goods - Mga estudyanteng may maling uri ng determinasyon. Laging determinado ang mga ito sa harapang pangongopya, bulgarang pandaraya, at palagi-ang pagpapalapad ng papel sa teacher. Talo ang balat ng mga buwaya sa pakapalan.

Weirdos - Mga problematic students, misunderstood daw, kadalasang tinatawag na black sheep ng klase. May kanya-kanya silang katangian: konti ang kaibigan, madalas mapaaway, mababa ang grades, at teacher's enemy.

Mga Anak ni Rizal - Ang endangered species sa eskuwelahan. Straight 'A' students, pero well rounded at hindi geeks. Teacher's pet, pero hindi sipsip. Hari ng Math, Science, at English, pero may oras pa rin para sa konting extra-curricular activities at gimmicks.

Bob Ongs - Mga medyo matino na medyo may sayad. Eto 'yung estudyanteng habang nagle-lecture 'yung teacher e pinaplano na 'yung librong ipa-publish n'ya tungkol sa mga classmates n'ya.

Commoners – Mga generic na miyembro ng klase. Kulang sa individuality at katangiang umuukit sa isipan. Hindi sila kagad napapansin ng teacher pag absent, at sa paglipas ng panahon, sila ang mga taong unang nakakalimutan ng mga teachers at classmates nila.

Posibleng may mga estudyante na ang katangian ay kombinasyon ng mga nabanggit. Posible ring hindi lahat ng uri ng estudyante ay makikita sa iisang klase.

Noon ko lang naranasan na matulog sa jeep sa sobrang pagod. Noon ko lang din ulit naranasan matulog at gumising nang maaga araw-araw. Noon ko lang nalaman...mahirap pala talagang maging teacher!

Araw-araw mong problema ang lesson plan. Para ka ring estudyante na kailangang mag-aral. Ang mga alam mo na dati, nababago. Ano man ang napag-aralan mo noon, dapat dagdagan.

Parang isang malaking pamilya ang klase mo at ikaw ang magulang. Ang problema ng bawat estudyante, problema mo. Ano mang nakakaapekto sa pag-aaral nila, nakakaapekto sa pagtuturo mo.

Tungkulin mong patinuin ang magulong klase, awatin ang mga nag-aaway, gisingin ang mga inaantok, pagsalitain ang mga nahihiya, at pakilusin ang mga tinatamad.

Pag maingay ang klase, pag makalat ang classroom, pag madumi ang eskuwelahan, pag naging mapurol ang mga estudyante, mananagot ka sa *boss* mo—ang principal. Trabaho ang pagtuturo. Meron ka ring amo at mga katrabaho. Sila at ang magulang ng mga bata, kailangan mong pakitunguhan.

Isyu rin ang personalidad mo: itsura, pananamit, kilos, galaw, pananalita, at pamumuhay. Lahat sinusukat. Pag nabalanse mo ang lahat ng tungkulin at responsabilidad mo sa mga estudyante at katrabaho, isa lang ang premyo—respeto, na parang revolving fund na ipupuhunan mo na naman para makapagturo ka ulit kinabukasan.

Ewan ko kung Stockholm Syndrome ang naranasan ko sa pagkaka-upo sa teacher's table, pero mas tumaas ang tingin ko ngayon sa nasabing propesyon. Palagay ko, ang pagtuturo na ang pinakasagradong trabaho sa mundo. Ilang taon matapos matuto maglakad ang bata, ipinapasok na ito sa eskuwelahan at iniiwan sa pangangalaga ng teacher. Singkwentang bata ang ginagabayan ng teacher; singkwentang buhay, singkwentang pangarap, singkwentang pag-asa ng bayan. May kinalaman ang teacher kung ilan sa singkwentang ito ang mamumuno sa bansa, papatay ng tao, magiging artista, makakadiskubre ng gamot sa AIDS, magiging illegal recruiter, magiging tycoon, o magiging isa na namang teacher.

"A teacher affects eternity," sabi ni Henry Adams, "No one can tell where his influence stops."

Ano kaya ang naging pakiramdam ng Music teacher ni Lucresia Kasilag, PE teacher ni Paeng Nepomuceno, at Social Studies teacher ni Carlos Romulo? Sino kaya ang naging teacher nila Einstein, Shakespeare, Beethoven, at Gandhi?

Paano kaya kung naging guro mo rin ang naging guro ng labindalawang disipulo sa Bible?

A teacher affects eternity. Naging mag-aaral ni Socrates si Plato. Tinuruan ni Plato si Aristotle. Naging mag-aaral naman ni Aristotle si Alexander the Great na naging hari ng Macedonia at tinaguriang isa sa mga pinakamagaling na heneral sa kasaysayan ng mundo. Makalipas ang higit dalawang libong taon, sino makapagsasabing tumigil na ang impluwensya ni Socrates?

Sa pasukan noong June year 2000, higit 19,000 na Socrates ang kulang ng Pilipinas. Kapos din tayo ng higit 20,000 classrooms. Higit sa 700,000 na Alexander the Great ang walang upuan at 90 million ang kulang na textbook. May mga pagkakataon na umaabot ng 60 ang mga estudyante sa isang klase, may mga lugar na 1:10 ang book ratio, at may mga panahon na nagkaklase na rin sa mga eskuwelahan kahit Sabado, gabi, o madaling araw para mapagkasya lang lahat ang mga estudyante.

Ninety-one billion ang budget, higit 18 million ang students. Isa sa bawat apat na Pilipino ay estudyante. Halos isa sa bawat sampung estudyante e hindi nakakatapos ng elementary. Habang lumalaki ang pangangailangan, lalong bumababa ang budget para sa edukasyon. "National disaster in slow motion," sabi ni Sen. Franklin Drilon.

Isang kuwento sa dyaryo ang nabasa ko dati tungkol sa principal sa North Hollywood USA. Kumain daw ng dalawang bulate ang principal para lang sipaging magbasa ang mga estudyante sa Colfax Elementary school. Nag-umpisa ang lahat sa pangako ng principal na kakain s'ya ng bulate pag nagbasa ng kahit dalawang libro lang ang mga estudyante bilang suporta sa "Reading is FUNdamental" project nila. Nagbasa ang mga estudyante at tinupad ng principal ang pangako n'ya, gamit ang orange juice bilang panulak.

Wala man akong nabalitaang principal na gumawa ng ganyan dito sa bansa, sigurado akong marami pa rin tayong masisipag na teachers. Hindi na nila kailangan kumain ng bulate, tama na 'yung mag-sideline sila para lang mapakain ng tatlong beses sa isang araw ang pamilya nila. Sapat na katibayan na ang pagtawid nila sa mga ilog at bundok araw-araw para turuan nang sabay ang pinagsamang klase ng mga Grade 1 at Grade 2 sa mga liblib na probinsya ng Pilipinas. Hindi na nila kailangan kumain ng bulate; sapat na ang puyat, pagod, gutom, at panganib tuwing eleksyon. Ayos na ang dukutin sila ng mga rebelde at pugutan ng ulo paminsan-minsan. Ayos na ang mababang sahod, delayed na sweldo, assignment overloads, at killer interests at contributions na umaabot sa kabuuang 10 billion para sa lahat ng teacher sa bansa. Hindi na nila kailangan pang kumain ng bulate.

Ang teachers ang mga bagong bayani kung tutuusin, pero hindi sila nabibigyan ng titulo dahil wala naman silang naibibigay na dollars sa bansa, di tulad ng mga OFW's. Pero oo, bayani rin ang mga OFW's. Ang totoo, bayani ang nakararaming Pilipino. Ang problema lang e nasa Third World Country tayo, kung saan sa pagkakaintindi ko ngayon, ay may tatlong uri ng mamamayan: ang mahihirap, ang mas mahihirap, at ang mga makapangyarihang oportunista na may likha sa dalawa.

Sa Amerika, isa sa mga trabahong may mababang sweldo ay ang pagtuturo, di nalalayo sa kaso ng Pilipinas. Dito ko nakuha ang ideya na walang pera sa pagiging teacher—meron man, hindi mo ikakayaman. Mas malaki pa ang kita sa pagdi-DH sa ibang bansa at mas madali ang trabaho. Kung kailangan mo ng pera, huwag kang magturo. Kung iisipin mong trabaho ang pagtuturo, mahihirapan ka, mission ito..."vocation" sabi ng isang kaibigang guro.

May isang kuwento tungkol sa isang manlalakbay sa Italya na pumunta sa lugar ng Chartes para tignan ang isang malaking simbahan na ginagawa doon. Dumating s'ya nang hapon kung kailan pauwi na ang mga trabahador. Nakasalubong n'ya ang isang lalaki at tinanong kung ano ang trabaho nito. "Stonemason," ang sagot ng lalake, taga-ukit ng bato. Tinanong n'ya ang isa pang lalake. "Glassblower" naman ang sagot nito, gumagawa ng mga makukulay na salamin. Nang tanungin n'ya ang isa pang trabahador, "Blacksmith" naman ang sagot nito, pumapanday ng mga kailangang bakal. Nang pumasok ang manlalakbay sa loob ng simbahan, isang matandang babae naman ang nakita n'yang nagwawalis ng mga bubog, buhangin, at kinatam na kahoy. Nang tanungin n'ya kung ano ang trabaho ng matanda, sumagot ito, "Ako? Nagtatayo ako ng magarang bahay-dalanginan para sa Panginoon!"

✎✏✐

Natapos ang pagiging substitute teacher ko makalipas ang dalawang linggo. Iniwan ko na rin nang tuluyan ang pagtuturo makalipas ang halos tatlong taon. Hindi ako ipinanganak para maging guro. Tinakbuhan ko ang responsibilidad ko dati bilang estudyante, mahirap tanggaping sa eskuwelahan din pala ako babagsak.

Vocation ang pagiging isang teacher. Kaya nga yata maraming Education graduates ang hindi nagiging guro, at maraming guro ang hindi naman talaga pinangarap ang pagtuturo. Ayokong magturo dahil ayokong mag-aral. Ayoko nang bumalik ng eskuwelahan, bilang guro o bilang estudyante. Away ang hinahanap ng sino mang naghihikayat sa 'kin dati. Dati.

Sa isang buwan na gaganapin ang high school reunion namin. HIGH SCHOOL REUNION. Hindi ba tumatayo ang balahibo mo pag naririnig mo ang mga salitang 'yan? Titingin ka sa salamin. Matanda ka na ba? 10...20...30years...Ano na nga bang nangyari sa buhay mo? Makakausap mo ulit 'yung binigyan mo ng love letters, roses, at Serge Chocolate. Maririnig mo na naman ang kuwento ng mga classmates mong mahangin pa sa buhawi.

"O pare, 'musta na?"

(hindi ka pa nakakasagot magkukuwento na s'ya...)

"Ako, eto, General Manager ng blah ba-bablah blah ba-bablah..."

(Nag monologue na s'ya, salita nang salita na parang buhay na Curriculum Vitae. Iisa lang naman ang naririnig mo: "Magaling ako...Walang hiya, ang yaman ko na...Ang ganda kong lalake...Amoy Central Bank ang kotse ko...Anak ng bubuyog, baka ma-kidnap ako hindi na 'ko makakapag-golf 3x a week...Magkano ka nga pala?"

(Iisipin mo tuloy na 'wag na lang pumunta sa reunion.)

Parang "Time's up!" ang reunion, "pass your papers, finished or not!" Oras na para husgahan kung naging sino ka...o kung naging magkano ka. Sino ang naging successful? Sino ang naging pinaka-successful?

May mga nagsasabing ang mga may maipagmamalaki lang ang uma-attend sa school reunions. Bakit nga ba nauuwi ang kwentuhan sa payabangan pag nagkikita ulit ang mga magkakaklase pagkaraan ng ilang taong paghihiwalay? Minsan iniisip ko, paano kaya kung magsabi ka ng totoo?

"O pare, 'musta na?"

"Eto, malas, natanggal ako sa pabrika e!"

"Ako, CEO ng multinational telecommunication company specializing in yadda ya-yadda yadda...mas mayaman lang sa 'kin si Bill Gates ng isang kurbata."

"Buti ka pa. Ako, hindi nakatuntong ng college. Nakikitira lang ako ngayon sa kamag-anak ko. Um...sino nga pala si Bill Gates?"

Saan nga ba nauuwi ang maraming taon ng pag-aaral? Madaling isipin kung ano ang gamit ng pera, pero hindi ko maintindihan kung bakit kailangang ito ang maging sukatan ng tagumpay ng tao. Sa edad na 21 hanggang 60, nagtatrabaho tayo para magkapera. Sa edad na 5 hanggang 21, pumapasok tayo sa eskuwela para magkatrabaho. Mahihina pa ang katawan natin nang una tayong pumasok sa eskuwela. Mahihina na tayo pagkatapos nating magretiro sa trabaho. Lumalabas tayo ng bahay, papasikat pa lang ang araw. Bumabalik tayo ng bahay, papalubog na ito. Ganyan na lang yata talaga ang buhay ng tao. Kung pumapasok tayo sa eskuwela para lang makahanap ng trabaho at kumita ng pera balang araw, di na nakakapagtaka kung bakit marami ang namamatay nang mangmang. Nakalimutan na ng tao ang kabanalan n'ya, na mas marami pa s'yang alam kesa sa nakasulat sa Transcript of Records n'ya, mas marami pa s'yang kayang gawin kesa sa nakalista sa resumé n'ya, at mas mataas ang halaga n'ya kesa sa presyong nakasulat sa payslip n'ya tuwing sweldo.

Ano nga *ba* ang talino? Nasusukat *ba* 'to ng A, B, C, D, E, F, 1, 2, 3, 5, P (Pass), F (Fail), 100%, 60%, 75%, O (Outstanding), S (Satisfactory), at NI (Needs Improvement)?

Sino ang matalino—ang Best in Spelling? Best in Math? First Honor? Valedictorian? Magna Cum Laude? Board Exam Topnotcher?

Sino ang *bobo*?

Ang Dyspraxia, Dysgraphia, Dysphasia, at Dyslexia ay mga learning disabilities: ang kakulangan sa kakayahang igalaw nang tama ang labi at dila para makapagsalita; kahirapan sa pag-control ng daliri para makapag-sulat; kakulangan sa kakayahang magsalita o umintindi sa sinasabi ng ibang tao; at kahirapan sa pag-intindi sa mga salitang nakasulat.

Pero sino nga *ba* ang learning disabled, 'yung mga hirap mag-aral o 'yung mga walang natutunan? Ano ang pinagkaiba ng out-of-school youth na shoplifter at Harvard-graduate na corrupt government official bukod sa mas masama 'yung pangalawa? Matalino *ba* 'yung professor na may Master's Degree na nangwarta at nangmolestya sa mga estudyante n'ya sa isang eskuwelahan sa Maynila? Genius *ba* ang mga hacker at programmer ng mga computer virus?

Hindi *ba* malaking pagkakamali ng maraming eskuwelahan na gawing 0 to 10% lang ang 'Character' sa computation ng grades, mas mababa sa Periodical Test (20%), Project (30%), at Class Standing (40%) gayong Character ang humuhulma sa tao, pamilya, *bansa*, mundo, at Kasaysayan?

Dalawang taon ako nag Kindergarten, dyes ang baon ko. Mula sa 75 sentimo na baon noong Grade 1, umabot ito sa sampung piso noong Grade 6. Bente hanggang trenta pesos ang naging baon ko nung high school. Fifty pesos naman ang naging pinakamalaki kong baon nung college.

May natutunan ba 'ko?

Base sa mga registration cards ko, naka 68,872.42 pesos ako sa tuition fees. Sa loob ng 17 years ko sa eskuwelahan, umabot sa 6,600 ang binayarang miscellaneous fees at books & school supplies ng mga magulang ko. Kung idadagdag ang baon ko, lumalabas na higit 150,000 pesos ang naging presyo ng pag-aaral ko. Chicken feed 'yung presyong 'yan ngayon, pero noon, dugo, pawis, at luha 'yan.

May natutunan ba 'ko?

Kung bibilangin ang panahon na iginugol ko sa pag-aaral, lalabas na higit dalawang taon ako tumira sa eskuwelahan, 729 days dyan ang iniupo ko sa loob ng classroom. Gumasta rin ako ng extrang 5,100 hours para sa projects, homeworks, reviews, at extra curricular activities. At palagay ko, mga 56 minutes din ang inubos ko kakadasal na sana walang pasok o absent 'yung prof ko.

May natutunan ba 'ko?

Nakapunta ako ng Magnolia Dairy Plant, Central Bank's Security Printing Plant, Rizal Park, Rizal Shrine, Quezon Circle, Ninoy Aquino Parks ang Wildlife, Nayong Pilipino, Mount Makiling, Vistamar Beach Resort, Wax Museum, Fort Bonifacio, Tala Leprosarium, at Rehabilitation Center sa Bicutan. Nakapagpabakuna ako, nagkumpisal, namulot ng tae ng kabayo para gawing fertilizer sa Agriculture, nagluto ng Menudo't "AfriChado" para sa Practical Arts, nag-dissect ng palaka para sa Biology, nag "15 weeks" push-ups sa CAT, bumisita sa depressed areas para sa Theology, nagbantay sa Registration of Voters para sa ROTC, at sumali sa Fun Run at Alay Lakad.

May natutunan ba 'ko?

Naka-anim na eskuwelahan ako, 24 enrollments, 2 Graduation Ceremonies, 12 Christmas Parties, 8 Field Day Demonstrations, 32 na First Friday Mass, mga 1,140 na Flag Ceremony at Panatang Makabayan, 960 na exercise, 2,400 na recess, 620 na Flag Retreat, at di na mabilang na embarrassing moments.

May natutunan ba 'ko?

Natutunan ko ang life stages of a butterfly, different types of clouds, at parts of a cell.

Nalaman ko ang caste system, mixed fractions, cradles of civilization, 9th Symphony, Trojan War, Bahay Kubo, at ang Three Little Kittens.

Nakilala ko si Whitman, Hitler, Newton, Lam-ang, Mozart, Naismith, Hamlet, Antonio Luna, at Bloody Mary.

Napag-aralan ko ang market segmentation, religious orders, business reports, military organization, at program documentation.

Natuto akong gumamit ng dictionary, encyclopedia, almanac, protractor, compass, water color, microscope, calculator, at computer.

Natuto akong mangopya at magpakopya tuwing exam. Doon ko nalamang pwede pala talagang malamangan pa sa test score ng nangopya ang nagpakopya.

Nalaman kong mali ang laging mamigay ng pad paper sa mga kaklaseng linta na hindi bumibili ng papel kahit na may pambili.

Nalaman kong masama pala ang nag-iisip nang malalim habang naglalakad dahil hindi mo napapansin kung maling classroom ang pinapasukan mo.

Nalaman kong dapat palang tumingin sa sahig habang nagle-lecture ang professor sa Finance dahil pwede kang makapulot ng 100 pesos.

Nalaman kong mahirap palang i-overnight ang project na dapat e isang buwan ginagawa.

Nalaman kong ang Calculus ay...(oops, wala pala akong alam sa Calculus!)

Nalaman kong pag malakas ang ulan at wala kang payong, pwedeng bumili ka na lang ng plastic bag sa mga vendor sa kalye. Pwede ka maligo sa ulan basta naka-plastic na ang bitbit mong notebook at libro.

Nalaman kong hindi dapat itinutuloy ang field trip pag may bagyo o malakas na ulan dahil pwede kayong ma-stranded sa mga bahang kalye ng Metro Manila hanggang alas-dos ng madaling araw.

Nalaman kong pangit ang madalas na pag-absent dahil pwedeng hindi ka makasama pag nagkuhaan ng class picture.

Nalaman kong swerte pa rin ako dahil kahit kelan e hindi na-murder ang pangalan ko sa mga annuals at list of graduates.

Nalaman kong kahit pala akala mong ikaw ang pinakabobo sa Geometry sa klase n'yo, pwede ka pa rin mag-top sa periodical exam. Hindi mo dapat maliitin ang kakayahan mong tsumamba.

Nalaman kong may mga teacher palang bigla-biglang nagche-check ng notebook, mas maganda na 'yung may notes ka. Meron ding mahilig magbigay ng surprise quiz, kaya mas maganda lalo kung binabasa mo 'yung notes mo.

Nalaman ko sa Boy Scout na importante ang laging handa.

Nalaman kong pwede palang mamatay ang classmate mo kahit anong oras.

Nalaman kong ang mundo, sa totoong buhay, ay hindi 'yung makulay na murals na nakikita sa mga pre-school. Hindi ito laging may rainbow, araw, ibon, puno, at mga bulaklak.

Nalaman kong maswerte ako dahil pinaglaro at pinag-aral ako ng mga magulang ko nung bata pa 'ko. Hindi pala lahat ng bata e dumaraan sa kamusmusan.

Nalaman kong habang lumalaki ka, maraming beses kang madadapa. Bumangon ka man ulit o hindi, magpapatuloy ang buhay, iikot ang mundo, at mauubos ang oras.

Nalaman kong napakaliit na bagay pala ng isang recitation, project, at quiz para sumira sa buhay mo. At napakalaking pagkakamali ang kalimutan ang pangarap mo para lang makaiwas sa mga terror na teachers at mahihirap na subjects.

Nalaman kong hindi pala exam na may passing rate ang buhay. Hindi ito multiple choice, identification, true or false, enumeration, o fill-in-the-blanks na sinasagutan, kundi essay na isinusulat araw-araw. Huhusgahan ito hindi base sa kung tama o mali ang sagot, kundi base sa kung may kabuluhan ang mga naisulat o wala. Allowed ang erasures.

Nalaman kong marami palang libreng lecture sa mundo, ikaw ang gagawa ng syllabus. Maraming teacher sa labas ng eskuwelahan, desisyon mo kung kanino ka magpapaturo. Lahat tayo enrolled ngayon sa isang university, maraming subject na mahirap, pero dahil libre, ikaw ang talo pag nag-drop ka. Isa-isa tayong ga-graduate, iba't-ibang paraan. Tanging diploma ay ang alaala ng kung ano mang tulong o pagmamahal ang iniwan natin sa mundong pinangarap nating baguhin minsan.

Matagal ko nang binabalak bumalik sa eskuwelahan ko ng high school, hindi matuloy-tuloy dahil sa maraming dahilan. Pero isang beses nang mapadaan ako dito, hindi na nagpapigil ang mga paa ko papasok ng gate. Tamang-tama, sabi ko, bakasyon at walang gaanong tao noon. Dahil hindi ko pa rin nakukuha ang diploma ko, naisip kong gawing dahilan 'yon pag tinanong ako ng security guard. Pero walang sumita sa 'kin, yung estudyanteng hindi naka-pin ang ID ang pinag-initan ng sikyo. Natawa ako sa sistema. Wala pa ring pagbabago.

Malaki ang eskuwelahan ko. Habang tinatahak ko ang papuntang high school building, bumibilis ang tibok ng puso ko. Naaalala ko pa kung paano ko lakarin ang daan na 'yon dati, pasan ang mabigat na backpack at naghahabol sa flag ceremony.

Naalala ko rin ang mga barkada ko nung 2nd year nang madaanan ko ang school canteen. "Baon Gang" kung tawagin kami dati dahil lagi kaming may baong kanin at ulam sa bag.

Pag malakas ang ulan, sa canteen mo rin maririnig ang malakas na AM radio na nakaabang sa suspension of classes.

Iba na ang itsura ng likod ng high school building. Marami, bago, at magaganda na ang mga bench. Mas marami na ring halaman. Dito kami dati nagpa-practice para sa mga group presentations sa iba't-ibang subject. Dito kami pinagpupulot ng mga tuyong dahon pag nagpa-power trip ang mga teacher ng Practical Arts. At dito rin kami naghahanap ng mga paglalaruang bulate pag kami naman ang nagpa-power trip.

Walang pagbabago sa loob ng high school building—bulok pa rin ang mahal kong paaralan, hindi nga lang halata dahil taon-taong pinipinturahan para mabura ang vandalism. Naaalala ko pa ang reaksyon ng CAT Commandant namin dati nang mabasa n'ya ang nakasulat sa CR ng mga lalake: "Ano naman ngayon kung nakita n'yo ngang malaki ang ANO ni Miss Garcia?" sabi n'ya. "Bakit kailangan n'yo pang isulat sa mga dingding?" Hindi salat sa sense of humor ang mga tao sa pinanggalingan ko.

Inikot ko ang buong building, habang iniikot ng buong building ang isipan ko. Nakita ko ang library kung saan kailangan mo munang makipag-espadahan sa librarian na bumubuga ng apoy bago ka makapaglabas ng libro. Pinuntahan ko ang Biology room, puro shell pa rin at patay na hayop ang laman. Sinilip ko ang Music room, wala 'yung piano, naihagis na yata ng teacher sa mga sintonadong estudyante. Nakita ko ang computer laboratory—wala pa 'yun nung kapanahunan namin. Dinaanan ko lahat ang mga classroom, nakita ko pa ang sarili kong nakaupo sa isa sa mga upuan.

Kinakabahan ako habang nag-iikot dahil baka may teacher na sumita sa 'kin, baka tanungin kung ano ang section ko at magsumbong sa adviser ko. Pero wala. Mag-isa lang pala ako. Walang ibang tao sa paligid. Tahimik. Nakakabingi.

Pumunta ako sa lobby para kunin ang diploma sa Registrar's Office. Tuwang-tuwa ang registrar, sabik sa alumnus. Sinagot n'ya ang mga tanong ko at ikinuwento ang lahat ng nangyari sa eskuwelahan simula nang umalis ang batch namin.

Bago umuwi, umupo muna ako sa hagdanan ng stage sa quadrangle at nagpahinga, pugad ng section namin 'yon dati pag vacant period. Di maiwasang mag-senti. Inisip ko kung saan na nagpuntahan ang mga kaklase ko pagkatapos magpalitan ng autograph, picture, yakap, at paalam noong Graduation Day. Ano nang nangyari sa mga takot at pangarap namin? Malakas pa rin kaya silang tumawa? Malakas pa kaya ang mga teachers ko? Paano ko sila pasasalamatan kung ngayon ko lang naintindihan ang mga itinuro nila?

Paglabas ko ng high school building, napansin ko ang iba pang building na dati ay wala. Itinirik ang mga ito sa lugar na dati e puro puno—kinayod na ang paborito naming tambayan.

Wala na ang mga tuyong dahon, *basang* damo, makakating higad at tae ng ibon. Wala na rin ang alaala ng mga nabuong samahan at pagkakaibigan ng mga batang sabay-sabay nakipagkilala sa mundo.

Halong saya at lungkot ang baon ko pauwi. Dahil nakuha ko na ang diploma, posibleng yun na ang huling dalaw ko sa lugar na kumupkop sa mapangarap kong kabataan.

Nakabalik ako sa lugar, pero di ko na naibalik ang panahon.

Goodbye and thank you.

'Yan ang mga salitang binibitiwan namin noong high school pagkatapos magturo ng mga teacher. Automatic ang pagsasabi n'yan, kahit na nakatulog kami sa lecture o nag-sermon lang ang teacher buong period.

Kilala ko pa ang 75 sa mga naging teacher ko, siguro mga sampu lang ang hindi ko na matandaan ang pangalan. Sa kanilang lahat, nagpapasalamat ako. Lalo na sa teacher ko sa Grade 1, na nagturo sa 'kin ng pananampalataya ("born again" yata); sa Grade 2, na namalo sa 'kin nang di ko alam ang dahilan; sa Grade 3, na naging ulirang guro at laging tapat sa trabaho; sa Grade 5, na mahilig sumigaw sa klase; sa Grade 4 at 6, na parehong magaling magturo;

(hindi pa tapos)

...Sa adviser ko noong 1st year high school, na nagpiyansa para sa kalayaan namin ni Ulo; sa 2nd year, na nagturo sa "Baon Gang" kung paano mag-power trip sa mga bulate sa likod ng high school building; sa 3rd year, na nagpakita ng kababaang loob kahit na patuloy ang paninira sa kanya ng ibang tao (uy, tsismis!); sa 4th year, na sa kabila ng santambak naming atraso e kinalimutan ang galit at hindi ibinoycott ang "huling Christmas party" namin sa high school;

(Konti na lang)

...Sa teacher sa English na naging galante sa pagpuri sa kanyang estudyante; sa teacher sa Social Studies na sa kabila ng kabagsikan e nagtiwala at isinali pa rin ako sa quiz show; sa terror na teacher ng Math noong Grade 5, na namamato ng sapatos (hindi ako na-under sa kanya!); sa isang terror na teacher ng Math noong Grade 5, na namamato ng sapatos at blackboard eraser (sa kanya ako na-under!); at sa teacher ko sa Music, na ginagawang sapatos at blackboard eraser ang mga estudyante.

Kung ang mga magulang na konti lang ang anak e nauubusan ng pasensya, paano pa kaya ang mga gurong sangkaterbang bata ang kaharap araw-araw? Basta wag lang sosobra, ayos lang sa 'kin ang istriktong guro. Kagaya nung teacher ko dating isang batas lang ang ipinatupad sa klase: "Bawal ang tamad!" Malinaw ang batas, alam namin ang kaparusahan. Isang taon naming nakalimutan ang katamaran, lahat nag-aral maigi...at natuto!

Maraming bagay ang naituturo ng mga teacher sa estudyante nang hindi sinasadya. Maraming bagay ang natututunan ng mga estudyante sa teacher nang hindi nila alam. "A teacher affects eternity, no one can tell where his influence stops." Para sa lahat ng magaganda at pangit na lesson na wala sa lesson plan at hindi kasama sa binayaran kong miscellaneous fee, nagpapasalamat ako sa mga teacher ko at eskuwelahan.

Sa mga barkada ko sa elementary na nagturo sa 'kin lumusot sa mga barbed wire ng bukiring may "No Trespassing" sign.

Sa mga barkada ko sa high school na nagturo sa 'kin kumain sa college canteen kung saan nasa katabing mesa namin ang mga dissected mammals ng college students.

Sa mga barkada ko sa college na nagturo sa 'kin uminom ng beer na room temperature at kumanta habang naglalakad.

Sa mga barkada ko sa iba't-ibang eskuwelahan na nagturo sa 'kin ng "The Joy of Transferring."

Sa mga una kong naging guro: ang mga magulang at kapatid ko.

Sa taong nag-edit, nag-type, gumupit, at nagdikit sa mga papel para mabuo ang librong binabasa mo ngayon—si Ponkan.

Sa mga accomplice at spiritual adviser ko: TLC, Roock, Nightowl, Wisely, Guess, mhalcon, Juan Luna, at L. Perez.

Sa mga contributor, moderator, lister, sysop, chatter, subscriber, artist, at squatters ng bobongpinoy.com.

Sa mga webmaster, writer, Pixelboys, at netizens na tumulong sa 'kin.

Sa mga kaibigan, katrabaho, kamag-anak, kapitbahay, at mga kababayan na naging inspirasyon ko kahit na hindi nila ako kilala.

Sa mga estudyanteng masaya at di-gaanong masaya sa kurso, eskuwelahan, teacher, classmate, at results ng mga exams nila, pero determinado pa ring harapin ang buhay at abutin ang pangarap.

At sa mabait, magaling magturo, at pinakamatalinong guro na gumawa ng langit at lupa.

SALAMAT PO NANG MARAMI.

(Parang may nakalimutan pa 'ko...)

Oo nga pala! Salamat din sa teacher ko sa kindergarten.

Seryoso. Simple lang ang pangarap ko nung *bata ako*: makapagtrabaho nang naka-long *sleeves* at may kurbata. Kung magkikita kami ng *batang* 'yon ngayon, tiyak masisigawan ako. "Bakit hindi ka naging waiter???"

Rewind.

Hindi uso dati ang pre-school. Basta nakapagkinder ka, swerte ka na. Lalo na 'ko dahil ilang *beses* ko rin 'tong inulit.

Dalawang minutong lakad lang ang layo *sa* 'min ng eskuwelahan. Iisa 'yung classroom at 'yung garahe ng Barangay Captain namin. Bring your own upuan. Dyes ang baon. Kaharap na sari-sari store ang canteen. Asul na shorts at puting t-shirt na may logo ng DSWD ang uniform. May libreng merienda tuwing hapon: lugaw, ginataan, o kaya sopas. May giveaway ding gatas at sweet corn paminsan-minsan. Tinitimbang kami regularly. Hinihintay ko nga kung ibebenta kami o ipapakain sa mangkukulam ng Hansel & Gretel. Ngayon ko lang nalaman na 'yun na pala 'yung tinatawag na Day Care Center at Child Feeding Program ng gobyerno dati.

Masaya sa eskuwelahan namin. Laging nakapaikot ang mga tao sa room, nanonood. Wala pa kasing gaanong TV sa lugar namin noon. Kaya kami ang ginagawang PBA, Marimar, at Discovery Channel ng buong barangay.

Natutulog (2x)
si Bob Ong (2x)
Atin s'yang gisingin (2x)
ding-dong-ding (2x)

Maririnig mo ang buong klase na kumakanta n'yan pag nahuli kang medyo nahihimbing sa pagtulog. Dahil may kahihiyan ang mga bata, kadalasang mabisa ang kantang 'to pampawala ng antok. Pinipilit nilang makinig sa klase kahit na pulang-pula na ang mga mata nila. 'Yung mga classmates naman, walang sumisigaw, walang nagagalit sa 'yo. At 'yung teacher, hindi ka tatakutin o bibigyan ng memo. Walang masususpinde o magkakaroon ng record. 'Yan ang buhay sa Kindergarten. Isang mabisa at huwarang gobyerno. Puno ng dangal at respeto. Minsan.

Hindi mo ginusto 'to. Pero sa sarili ay may nangyayaring gulo. Walang nakakaalam, walang nakakarinig. Ayaw mong humingi ng tulong dahil alam mong wala ring makakatulong sa 'yo. Isa ito sa mga mapaklang katotohanan sa buhay. Maaring ngayon lang ito nangyari, pero alam mong maaari itong mangyari ulit, kahit kailan, kahit saan, kahit kanino.

Alam ba ng mga kamag-aral ko? Hindi siguro, dahil taimtim silang nagsusulat ng pangalan nila sa papel nang paulit-ulit. Alam ba ng katabi ko? Hindi siguro, dahil seryosong-seryoso ito sa pagkukulay ng mga iginuhit n'yang bahay, araw, at puno. Alam ba ni Madam? Hindi rin siguro, dahil abala ito sa pagbabantay sa iba mo pang mga kamag-aral. Walang nakakaalam ng kalagayan mo, ng paghihirap mo ngayon.

Hindi mo na kaya ang lahat, ayaw mo nang mag-isip, nais mo nang tapusin ang dusa at pasakit. Hindi mo na alintana kung kutyain ka ng kahit na sino man, tumigil lang ang pagtulo ng mga malalamig na butil ng pawis sa iyong katawan. At naisip mong...Ngayon Na! Bigla mong inilabas ang sama ng loob. Ang demonyo sa iyong bituka. Ang walanghiyang pagkain na nagpupumiglas sa kaloob-looban mo. Lumipas ang ilang sandali. At doon nakahinga ka nang malalim, nang matiwasay. Tumigil na ang unos, payapa na ang kapaligiran. Ginusto mong ngumiti ngunit may nagbanta sa kasiyahan.

"Ambaho, ano ba 'yon?!"

Isang kamag-aral ang nangahas na nagsabi ng katotohanan. Hindi mo alam kung sino, pero ninais mo s'yang isumpa. S'ya at ang kanyang malaking bunganga. Gusto mo s'yang pagbayarin sa ginawa n'yang kasalanan ngunit meron na namang humirit.

"May mabaho nga!!"

Huh??? Totoo ba ang narinig mo? Hindi lang isa ang traydor sa mga kaklase mo. May isa pa, at isa pa, at isa pa...dumarami sila. Hindi mo na alam ang gagawin mo. Bakit kailangang mangyari ang ganitong trahedya sa isang bata?

"Okay! Stand up, everybody. We shall dance and sing!"

Hindi sila pinansin ni Teacher, ligtas ka na, pero ano 'tong gusto n'yang ipagawa? Paano ka tatayo? Paano mo ipagtatapat ang lahat? Umikot ang iyong mga mata, pumihit ang iyong ulo, pero wala sa paningin mo ang nanay mo, o si ate't kuya, kanino ka hihingi ng saklolo?

Litong-lito ka na nang mapansin mong lahat ng kamag-aral mo ay nakatingin na sa 'yo, pati si Teacher. Ikaw na lang ang nakaupo. Lahat naghihintay na sa iyong pagtayo, mga matang nakatitig sa iyong mga mata. Tahimik ang buong klase, tibok ng puso mo lamang ang tanging naririnig mo. Hindi mo na alam kung ano pa meron ang buhay. Ayaw mo na sana gumalaw, ngunit tinapos- ng isang bata ang kalbaryo mo nang basagin n'ya ang katahimikan.

"Ay, Teacher, tumae s'ya!!!"

Wala ka na ulit naalala.

TITLES BY VPE:

Bob Ong's:
A B N K K B S N P L A ko?!
Bakit Baliktad Magbasa Ng Libro Ang Mga Pilipino?
Ang Paboritong Libro Ni Hudas
Alamat Ng Gubat
Stainless Longganisa

Carlo Vergara's:
Ang Kagila-gilalas Na Pakikipagsapalaran
Ni Zsazsa Zaturnnah, Collected Edition

Manix Abrera's:
Kikomachine Komix Blg. 1
Kikomachine Komix Blg. 2

David Hontiveros'
Penumbra *novellas:*
Takod
Parman
Craving

Tikman Ang Langit
An Anthology On The Eraserheads

Jethro A. Leyco

divine san juan